വിഷക്കരു

INSIGHT PUBLICA

Nadakkavu, Kozhikode, Kerala, 673011
www.insightpublica.com
e-mail: insightpublica@gmail.com

Title: **Vishakkaru**
Author: **Sreeni Balussery**
(Malayalam)
First Insight Edition: April 2022
Cover&Layout: kjvj@insight

Printed and Published by
InsightinPublica Printers & Publishers Pvt. Ltd.
ISBN 978-93-5517-228-0

വിഷക്കരു

ശ്രീനി ബാലുശ്ശേരി

INSIGHT PUBLICA®

കടപ്പാട്

ചില ഭരണന്യായങ്ങൾക്കും പദങ്ങൾക്കുമായി കൗടില്യന്റെ അർത്ഥശാസ്ത്രത്തെ ആശ്രയിച്ചു.

സ്വദേശം കോഴിക്കോട് ജില്ലയിലെ ബാലുശ്ശേരി. 1972 മുതൽ എഴുതി വരുന്നു. 1988ൽ കോഴിക്കോട് നഗരസഭാ കാര്യാലയത്തിൽ ജോലിയിൽ പ്രവേശിച്ചു. 2009ൽ വിരമിച്ചു. ആനുകാലികങ്ങളിൽ 50 ഓളം നോവലുകൾ 500ലേറെ കഥകൾ 100ലേറെ ലേഖനങ്ങൾ. 30 പുസ്തകങ്ങൾ.

പ്രധാന കൃതികൾ: കുരുന്നാളി, സാലഭഞ്ജിക, വിഷക്കരു, ഗാന്ധിക്കുറുപ്പും കാക്കകളും, പ്രജായാനം, പരകായം, റേഡിയോ, വക്കുപൊട്ടിയ ജീവിതങ്ങൾ, മരിച്ചുചെല്ലുമിടം, പരകായം, കത്തുന്ന കൈരളി 60ൽ ഒരു തിരക്കഥ, ജീവിച്ചിരിക്കുന്നു, നീര്, ഭവാനി ഹോട്ടൽ, "ട്ട" (നോവലുകൾ) സൂര്യചുംബനം (4 നോവലെറ്റുകൾ) മഹാനായ കള്ളൻ (അഞ്ച് നോവെല്ലകൾ) മഞ്ചാടി, മാനികിൻ, അന്തി, ഇരുതലമൂരി (കഥാസമാഹാരം) നർമ്മചൂർണം (ഹാസ്യകഥകൾ) റെയ്ഞ്ച്പോയഭഗവാൻ (യുക്തിവാദം) ചിന്നുവിന്റെ ഗുഹായാത്ര, നിർമ്മല്ലൂർകാട്ടിലെ വിരുന്നുകാർ, സ്വർണ്ണക്കുട്ടും ചങ്ങലയും, രക്ഷകന്റെ ഇന്ദ്രജാലം, രണ്ടു കൂട്ടുകാരികൾ, മഞ്ഞപ്പുഴയുടെ കണ്ണുനീർ (ബാലനോവലുകൾ)

ചിന്നുവിന്റെ ഗുഹായാത്രയ്ക്ക് 2000-ലെ ഭീമാ സ്മാരക അവാർഡും 2001-ലെ സംസ്ഥാന ബാലസാഹിത്യ അവാർഡും. 2018-ൽ പരകായം നോവലിന് ആർ.കെ.രവിവർമ്മ സ്മാരകപുരസ്കാരം, മികച്ച നോവലിസ്റ്റിന് ആലപ്പുഴ നവോത്ഥാന സംസ്കൃതിയുടെ നവോത്ഥാന ശ്രേഷ്ഠ പുരസ്കാരം, അന്തി എന്ന ചെറുകഥയ്ക്ക് ധാർമ്മികതാ മാസികയുടെ രചനാപുരസ്കാരം.മരിച്ചുചെല്ലുമിടം എന്ന നോവലിന് 2019ലെ 24ഫ്രെയിം ഗ്ലോബൽ എക്സലൻസി പുരസ്കാരം.

വിലാസം : ശ്രീനി ബാലുശ്ശേരി
ചന്ദനശ്ശേരി കൈരളി-കുന്നത്തെരു റോഡ്
ബാലുശ്ശേരി-673 612
sreenibalussery@gmail.com
9947314542

ശ്രീനി ബാലുശ്ശേരി

ആമുഖം

രാജാവ്

മൃഗയാവിനോദത്തിനിറങ്ങിയ രാജാവും പരിവാരവും കാട്ടിൽ വഴിതെറ്റി കൂട്ടംപിരിഞ്ഞു. തങ്ങളിൽതങ്ങളെ തേടിക്കൊണ്ടവർ അടവിയിൽ ഏകനായി തപംചെയ്യുന്ന മുനിശ്രേഷ്ഠനമുന്നിലെത്തി.

ആദ്യമായി വന്നത് ഭടൻ:

"എടാ പൊട്ടക്കണ്ണാ... ആര് ആരെയെങ്കിലും അന്വേഷിച്ചുകൊണ്ട് ഇതിലേപോവുന്നത് നീ കണ്ടോ?

മുനിയുടെ കഠിനമൗനത്തിൽ അസഹ്യനായി പിറുപിറുത്തുകൊണ്ട് ഭടൻ പോയി.

രണ്ടാമത് വന്നത് മന്ത്രിമുഖ്യൻ:

"ഹേ മുനീ... ആര് ആരെയെങ്കിലും അന്വേഷിച്ചുപോവുന്നത് നിങ്ങൾ കണ്ടോ?"

മുനിയുടെ സാന്ദ്രമൗനത്തെ ശപിച്ച് മന്ത്രിയുംപോയി.

അവസാനമായിവന്നത് രാജാവ്:

"അല്ലയോ മുനിശ്രേഷ്ഠാ... അങ്ങയുടെ തപസ്സിന് വിഘ്നംവരുത്തിയത് മാപ്പാക്കിയാലും...

ആര് ആരെയെങ്കിലും അന്വേഷിച്ചുകൊണ്ട് ഇതിലെ കടന്നുപോവുന്നത് അങ്ങയുടെ ദൃഷ്ടിയിൽ പെടുകയുണ്ടായോ?"

മുനിവര്യൻ മിഴികൾ തുറന്നു.

ചുണ്ടുകൾ വിടർന്നു:

"ആദ്യമായി അങ്ങയുടെ ഭടനും രണ്ടാമതായി അങ്ങയുടെ മന്ത്രിയും അവസാനമായി രാജാവായ അങ്ങും ഇതുവഴി വന്നിരിക്കുന്നു..."

ഒന്ന്

രൗദ്രം

പ്രസിഡന്റും ഉപദേഷ്ടാവും ധനമന്ത്രിയും സൈന്യാധിപനും ചേർന്നാണ് ബജറ്റിന്റെ കരടുരൂപം തയ്യാറാക്കിയത്. പ്രതിരോധച്ചെലവിന് മുപ്പത്തിയെട്ടായിരം കോടി നീക്കി വെച്ചിട്ടുണ്ട്. കഴിഞ്ഞ ബജറ്റിനേക്കാൾ ആയിരം കോടി അധികം.

ധനമന്ത്രി പറഞ്ഞു:

"സർ ഇത് രാഷ്ട്രത്തിന്റെ മൊത്തം വരുമാനത്തിന്റെ അറുപതുശതമാനം വരും."

പ്രസിഡന്റിന്റെ മുഖം പ്രസന്നമായി. അദ്ദേഹം സ്വാതന്ത്ര്യാനന്തരരാഷ്ട്രത്തിന്റെ ബജറ്റുകളുടെ ഗ്രാഫ് നോക്കി പുഞ്ചിരിച്ചു.

ആയിരത്തിതൊള്ളായിരത്തി അൻപതിൽ പ്രതിരോധ ചെലവ് നൂറ്റിപതിനെട്ടുകോടി. ഇപ്പോൾ മുപ്പത്തിയെട്ടായിരംകോടി!

അൻപതുവർഷംകൊണ്ട് അസൂയാവഹമായ പുരോഗതി!

പുതുതായി വാങ്ങുന്ന മാരകായുധങ്ങളെക്കുറിച്ച് സൈന്യാധിപൻ വിവരിച്ചു.

"സർ ഹൈഡ്രജൻ ബോംബുകൾ... യൂറേനിയം ബോംബുകൾ... ബറ്റാലിയനിലെ ക്ഷുരകൻമാർക്കുവരെ അനായാസം കൊണ്ടുനടക്കാവുന്ന എ.കെ. ഫോട്ടിസെവൻ... ബുൾഡോസറുകൾ... മിസൈലുകൾ... ന്യൂക്ലിയർ ഗ്ലിസറിൻ ബോംബുകൾ... മെഷീൻഗണ്ണുകൾ..."

പ്രസിഡന്റ് മുഖം ചുളിച്ചു:

"ഹൈഡ്രജൻ ന്യൂക്ലിയർ യൂറേനിയം...? കേട്ടുതഴമ്പിച്ച വാക്കുകൾ... യുദ്ധം തുടങ്ങിയാൽ ഓരോ ഓപ്പറേഷന്റെയും ബാലൻസ്ഷീറ്റിൽ ഭസ്മക്കൂമ്പാരങ്ങളുടെ കണക്കുകളാണ് നിരക്കേണ്ടത്."

സൈന്യാധിപൻ ആയുധക്കമ്പനികളുടെ ബ്രോഷർ നിവർത്തി:

"സർ ബോംബുകളുടെ ക്വാളിറ്റിയാണ് പ്രധാനം... സംഹാരത്തിന്റെ തുടർച്ചകൾക്ക് ടാംബറുകളുടെ ക്വാളിറ്റിയും പരിഗണിക്കണം. സർ ഈ ഹൈഡ്രജൻ ബോംബിന്റെ സംഹാരശേഷി പത്ത് സെക്കന്റിൽ ഒരു മെഗാ ടൺ ആണ്. ഇതിൽ നിന്നുയരുന്ന അഗ്നിഗോളവ്യാസം രണ്ടര കിലോമീറ്റർവരെ പടരുന്നു. ഒരു നഗരം ഒരു നിമിഷംകൊണ്ട് ചാരമാക്കാം. മനുഷ്യരും ഭസ്മമാകുന്നു... ആരെങ്കിലും അവശേഷിക്കുന്നുവെങ്കിൽ അവർ അംഗവിഹീനർ. അവർ പുനരുൽപാദനം നടത്തിയാൽതന്നെ ജനിക്കുന്ന കുട്ടികൾക്ക് ജനിതക വൈകല്യങ്ങൾ തൊണ്ണൂറുശതമാനം ഗ്യാരണ്ടി ആയുധകമ്പനികൾ വാഗ്ദാനം ചെയ്യുന്നു. കുട്ടികൾക്ക് കാഴ്ചയുണ്ടാവില്ല. ക്യാൻസർ.. ടി.ബി... മംഗോളിസം തുടങ്ങിയ രോഗങ്ങൾ സുലഭമാവും."

പ്രസിഡന്റിന്റെ കണ്ണുകളിൽ പ്രതീക്ഷയുടെ തിളക്കങ്ങൾ:

"വളരെ വൃത്തികെട്ട മനുഷ്യരടങ്ങിയ രാഷ്ട്രമായി ശത്രുരാജ്യം പുനർജ്ജനിക്കും അല്ലേ? ഒരു നിമിഷംകൊണ്ട് ഭസ്മമാവുന്നതിനേക്കാൾ രസകരമാവുമത്... മന്ദബുദ്ധികളുടെയും മാറാരോഗികളുടെയും ഒരു തലമുറ... നമുക്കത് സമ്മാനിക്കാം അല്ലേ?

"സർ... ഹിരോഷിമയുടെ അനന്തരതലമുറകളിൽ ഇപ്പോഴും അത്തരക്കാർ ജനിച്ചുകൊണ്ടിരിക്കുന്നു. അവിടെ വീണ ബോംബിന് ഇരുപതിനായിരം ടിഎൻടി ശക്തിയെങ്കിൽ ഇന്ന് ഓരോ ബോംബിനും

ദശലക്ഷം ടിഎൻടി ശക്തിയുണ്ട്. വെറും അൻപത്തിയാറുഗ്രാം യൂറേനിയത്തിന് ആയിരം ടൺ ടിഎൻടിയത്രേ."

"ഫന്റാസ്റ്റിക്."

അവാച്യലഹരിയിൽ പ്രസിഡന്റ് കണ്ണുകൾ ചിമ്മിത്തുറന്നു.

"ശത്രുവിന്റെ ബജറ്റ്?"

ഉപദേഷ്ടാവ് വിശദീകരിച്ചു:

"സർ മുപ്പതിനായിരംകോടിയുടെ ഒരു ബജറ്റാണ് അവർ പാർലമെന്റിൽ അവതരിപ്പിച്ചത്. പക്ഷേ പ്രതിരോധചെലവ് വെറും അയ്യായിരം കോടി."

"ഹഹ... നമ്മുടെ സൈനികർക്കുള്ള ആട്ടിറച്ചിക്കും മൈദക്കും ലിക്വറിനും അതിന്റെ നാലിരട്ടി വേണം. ശത്രുരാജ്യം വാങ്ങുന്നതെന്താണ് വെറും കളിത്തോക്കുകളോ?"

"നോ സർ... അവർ വളരെ യുക്തിപൂർവം കാര്യങ്ങൾ നീക്കുമെന്ന് കരുതേണ്ടിയിരിക്കുന്നു. മനുഷ്യരെ നേരിട്ട് വധിക്കാതെ രാജ്യത്തിന്റെ വരുമാനസ്രോതസ്സുകളെ ക്രമേണ നശിപ്പിച്ച് നിലംപരിശാക്കുന്ന തന്ത്രം പയറ്റാനാണ് അവർ പുതിയ ബജറ്റിൽ ശ്രമിക്കുന്നത്."

പ്രസിഡന്റ് പല്ലുകൾ ഞെരിച്ചു.

"പണം തോൽക്കുന്ന യുക്തി? എന്താണത്?"

"സർ... ഐ.ടിയുടെയും ഇലക്ട്രോണിക്സിന്റെയും അനന്തസാധ്യതകൾ അവർ പ്രയോജനപ്പെടുത്തും. അവർ നിർമ്മിക്കുന്ന പുതിയ മിസൈലുകൾ മനുഷ്യരെ ലക്ഷ്യം വെക്കുന്നില്ല. ശത്രുരാജ്യങ്ങളുടെ പ്രധാന കൃഷിയിടങ്ങളിൽ അവ വിളനാശിനികളായ കീടങ്ങളേയും രാസവസ്തുക്കളും വർഷിക്കുന്നു. അവ ക്രമേണ കൃഷിയേയും മണ്ണിന്റെ ജൈവശക്തിയേയും നശിപ്പിക്കും. അതൊരു മൗനയുദ്ധമാണ്. സൈനികനഷ്ടമില്ല. ആളപായവുമില്ല. എന്നാൽ ഭക്ഷ്യക്ഷാമത്താൽ ശത്രുരാജ്യം ശാരീരികമായി നശിക്കുന്നു. അടിമത്വത്തിലേക്ക് നീങ്ങുന്നു. അടിമത്വവും സർ ഒരു തോൽവിയാകുന്നു."

പ്രസിഡന്റ് മുഷ്ടി ചുരുട്ടി:

"ഇംപോസിബിൾ... അവർ അത്തരം മിസൈലുകൾ വർഷിക്കുന്നതിനുമുമ്പ് അവ കണ്ടെത്തുന്ന കണ്ണുകൾ നമ്മൾ സൃഷ്ടിക്കണം. ബജറ്റിൽ അത്തരം ദർശിനികൾക്കായി കോടികൾ തന്നെ നീക്കിവെക്കണം."

"സർ"

"ഉടൻ നമ്മുടെ സൈനികതാവളങ്ങൾ സന്ദർശിക്കാൻ ഒരുക്കങ്ങൾ ചെയ്യുക. പട്ടാളത്തെ എങ്ങിനെ നവീകരിക്കാമെന്ന് പരിശോധിക്കണം."

വിവിധ റജിമെന്റുകൾക്കുകീഴിലെ നീണ്ട ബാരക്കുകളിലെ സൈനികസാന്ദ്രത പ്രസിഡന്റിനെ ആവേശഭരിതനാക്കി. ആയിരക്കണക്കിന് തുകൽബാഗുകളുടെയും ബൂട്ടുകളുടെയും നിശ്വാസങ്ങൾ പതിഞ്ഞുനരച്ച കമ്പിളികളുടെയും ഗന്ധം യുദ്ധഹോമത്തിലെ ഹവിസ്സായി ചുറ്റുമൊഴുകുന്നു. വരിയിട്ടുനിൽക്കുന്ന ഭടൻമാരുടെ തോക്കിൻമുനകൾ ശത്രുഭടൻമാരുടെ ജീവബലിക്കുള്ള ദർഭമുനകളായി പ്രസിഡന്റിനെ പുളകം കൊള്ളിക്കുന്നു. മാർഷലിന്റെയും കേണൽമാരുടെയും വലയം ഭേദിച്ച് പ്രസിഡന്റ് ബാരക്കുകൾ ലക്ഷ്യമാക്കി നടന്നു.

ഒരു ബാരക്കിന്റെ മുറ്റത്ത് പ്രസിഡന്റ് പെട്ടെന്ന് നിന്നു.

പ്രസിഡന്റിന്റെ ബൂട്ടിന് കീഴെ നനവാർന്നൊരു കടലാസ് ഞെരിഞ്ഞു. സന്ദേഹത്തിന്റെ ദൃഷ്ടികൾ ഫീൽഡ് മാർഷലിനേയും കടന്ന് ഹവിൽദാറുടെ മുഖത്ത് പതിഞ്ഞു.

പ്രസിഡന്റ് കുനിഞ്ഞു. നനവു പറ്റിയ കടലാസ് നിവർത്തി.

അറിയാത്ത ഭാഷയിൽ വക്കൊടിഞ്ഞ അക്ഷരക്കൂട്ടങ്ങൾ!

"ശത്രുവിന്റെ ചാരരേഖകളാവാം. സൈനികർക്കിടയിൽ ഭിന്നിപ്പുണ്ടാക്കിയാൽ അവന്റെ മിസൈലുകൾപോലും നാണിക്കുന്ന വിജയമുണ്ടാവും. പരിശോധിക്കൂ..."

ഓഫീസ് ഹവിൽദാർ ചുളിഞ്ഞ കടലാസ് നിവർത്തി കണ്ണുകളോടടുപ്പിച്ചു.

"സർ... ഇതൊരു സാദാ ഭടന്റെ പെണ്ണിന്റെ കണ്ണീരിൽ കുതിർന്ന എഴുത്താണ്."

പ്രസിഡന്റ് മുഖം ചുളിച്ചു.

"കണ്ണീർ?... രാജ്യം കാക്കുന്നവന് ഉത്തേജനം നൽകുന്നതാവണം പ്രിയപ്പെട്ടവരുടെ എഴുത്തുകൾ. ഈ സൈനികനെ കണ്ടെത്തണം. കണ്ണീരിനും വിയർപ്പിനും പകരം രക്തമൊഴുക്കിയാണ് അവൻ ദേശം രക്ഷിക്കുന്നതെന്ന് അവൾക്ക് മറുപടി എഴുതട്ടെ..."

പെട്ടെന്നുതന്നെ അന്വേഷണമുണ്ടായി. ഫയലുകൾക്കിടയിൽനിന്നും അവന്റെ ബലിനിണമണിഞ്ഞ ജീവിതരേഖകൾ പുഷ്പചക്രങ്ങളായിറങ്ങി.

ഓഫീസ്ഹവിൽദാർ വിശദീകരിച്ചു:

“സർ..അവളുടെ കണ്ണീരിനുപകരം രക്തംതന്നെയാണവന്റെ മറുപടി സർ. കഴിഞ്ഞ ദിവസം ബോർഡറിലെ ഫൈറ്റിൽ തകർന്ന വിമാനം പറപ്പിച്ചതവനായിരുന്നു. കൊല്ലിയിൽ വീണ ബോഡി തിരഞ്ഞുകൊണ്ടിരിക്കുന്നു.”

പ്രസിഡന്റ് കുരിശുവരച്ചു.

“ഉടൻ കണ്ടെത്തണം. മരണാനന്തരബഹുമതിയായി വീരചക്രം നൽകണം. വില കൂടിയ പെട്ടിയിൽ എംബാം ചെയ്ത ജഡം ആചാരവെടി മുഴക്കിയാവണം സംസ്ക്കരിക്കേണ്ടത്... കുടുംബം അഭിമാനവിജൃംഭിതരാവട്ടെ... പിന്നെ സൈനികന്റെ വീരപത്നി... പൂവർഗേൾ. അവൾക്കായി നമുക്കെന്താണ് ചെയ്യാൻ സാധിക്കുക യെന്നുപറയൂ?”

വെടിയേറ്റും ബോംബിങ്ങിലും തകർന്ന സൈനികരുടെ വിധവ കളുടെ കണക്ക് കേണൽനിരത്തി.

“സർ രണ്ടുവർഷംകൊണ്ടുതന്നെ അയ്യായിരം വിധവകൾ. മിക്കവരും മുപ്പതിന് കീഴെ പ്രായമുള്ളവർ.”

“ഹൗ അലാസ്... വിധവകളുടെ കണ്ണീർ ഈ ഭൂമിയിൽ വീഴരുത്... കോടികൾ ചെലവഴിച്ചായാലും അവർക്ക് ഷെൽട്ടറുകൾ തീർക്കണം.”

“സർ വിധവകളെപ്പോലെ അമ്മമാരും അനാഥകളായിട്ടുണ്ട്. ഒരു വൃദ്ധകേന്ദ്രവും...”

“അക്കാര്യം ചർച്ചചെയ്ത് തീരുമാനിക്കേണ്ടതാണ്. അമ്മമാർ വൃദ്ധകളാണ്. മറവിയുടെ ഉടമസ്ഥർ. ഓർമ്മകളുടെ നൈരന്തര്യം നഷ്ടമായവർ. ഓർമ്മകളിലവർ യുക്തിക്കതീതമായ ഭാവനയും ചേർ ക്കുന്നതിനാൽ അവർ മക്കളെ കണ്ടുകൊണ്ടിരിക്കും. പാവങ്ങൾ... അവരങ്ങനെ തന്നെ കഴിയട്ടെ. എന്നാലും അമ്മമാർ മരിച്ചാൽ സ്റ്റേ റ്റിനെ അറിയിക്കണം. വീരപുത്രനെപ്പറ്റ വീരമാതാവ് സ്റ്റേറ്റിന്റെ പുഷ്പചക്രങ്ങൾ തീർച്ചയായും അർഹിക്കുന്നു.”

രണ്ട്

ആസുരമായ യുദ്ധോത്സവത്തിലെ പ്രധാന ശത്രുരാജ്യത്തലവന്റെ വീഡിയോകോൾ പ്രസിഡന്റ് തീരെ പ്രതീക്ഷിച്ചില്ല. സ്ക്രീനിലെ നേർക്കാഴ്ചയിൽ അവർ പരസ്പരം സല്യൂട്ട് ചെയ്തു.

തലവൻ പറഞ്ഞു:

"പ്രസിഡന്റ്... ഞാൻ യുദ്ധം നിർത്തുകയാണ്."

ഒരു പിടിവള്ളി കൈവിടുംപോലെ പ്രസിഡന്റ് ദുർബലനും നിശ്ശേഷനുമായി.

യുദ്ധമില്ലായ്മയുടെ അന്ധകാരത്തെ പേടിച്ച അദ്ദേഹത്തിന്റെ അസുരമിഴികൾ ഈറനണിഞ്ഞു.

യുദ്ധം നിർത്തുകയോ? ദശാബ്ദങ്ങളുടെ യുദ്ധരസതാളം അപതാളമാവുകയോ?

നിയന്ത്രണരേഖകൾ കടന്നുള്ള നുഴഞ്ഞുകയറ്റങ്ങൾ. ബോംബർ വിമാനങ്ങളുടെ അനുസ്യൂതമായ മുഴക്കങ്ങൾ... അതിർത്തികളിൽ പറിച്ചുനട്ടും പറിച്ചെറിഞ്ഞും പരസ്പരം പറപ്പിക്കുന്ന ദേശീയപതാകകൾ... വട്ടമേശസമ്മേളനങ്ങൾ... വീരചക്രദാനചടങ്ങുകൾ. പുഷ്പചക്രാർച്ചനകൾ..! എല്ലാം മിഥ്യയാവുകയോ?

മുന്നിലെ സ്ക്രീൻ ഒരു തമോഗർത്തമായി. എല്ലാമത് വിഴുങ്ങാൻ നോക്കുന്നു.

പ്രസിഡന്റ് പതിയെ ചോദിച്ചു:

"താങ്കൾ പരാജയം സമ്മതിക്കുകയാണോ?"

"താങ്കൾക്കങ്ങിനെ പ്രചരിപ്പിക്കാം."

"ഇത് ഉഭയസമ്മതപ്രകാരമുള്ള സന്ധിയാണോ?"

"പ്രസിഡന്റ്... താങ്കൾക്ക് വ്യാഖ്യാനിക്കാനുള്ള എല്ലാ സ്വാതന്ത്ര്യവും തരുന്നു."

പ്രസിഡന്റ് പെട്ടെന്ന് അലറി:

"എനിക്ക് വേണ്ട സർ... സന്ധികൾ പകുതി തോൽവിക്ക് തുല്യമാണ്... പകുതി മരണവുമാണത്. എന്നെ സംബന്ധിച്ചിടത്തോളം യുദ്ധത്തിൽ രണ്ട് ഫലങ്ങളേയുള്ളൂ. വിജയം അല്ലെങ്കിൽ പരാജയം. നടുക്കുള്ളതെല്ലാം ഭീരുവിന്റെ ഭിക്ഷകൾ."

ശത്രുരാജ്യത്തവന്റെ സ്വരമിടറി:

"പ്രസിഡന്റ്... ഞാൻ ഭീരുവാകാം... എന്നാൽ മാസങ്ങളായി രണഭൂമിയിൽ പിടഞ്ഞുതുള്ളുന്ന കബന്ധങ്ങളും തുറുകണ്ണുകളുള്ള ശിരസുകളും എന്റെ ഓർമ്മകളുടെ ഭക്ഷണമായിരിക്കുന്നു. ഒരു നല്ല ശാന്തനിദ്രയ്ക്കുവേണ്ടി ഞാൻ യുദ്ധമാരംഭിച്ചു. പക്ഷേ യുദ്ധം തുടങ്ങിയതു മുതൽ ഒരു വിനാഴികപോലും എനിക്ക് സ്വസ്ഥനാവാൻ കഴിഞ്ഞില്ല. മിസ്റ്റർ പ്രസിഡന്റ് താങ്കളോർക്കണം. ഒന്നും രണ്ടും ലോകമഹായുദ്ധങ്ങളിൽ മരിച്ച അറുപത് മില്യൺ മനുഷ്യരേക്കാൾ കൂടുതൽ മനുഷ്യരെ അതിനുശേഷവും നാം കൊന്നുകഴിഞ്ഞിരിക്കുന്നു."

പ്രസിഡന്റ് ചുണ്ടുകൾ കോട്ടി:

"സർ... നമ്മുടെ ജനത ആത്മീയമായിത്തന്നെ യുദ്ധോത്സുകതയിലേക്കു നീങ്ങിക്കൊണ്ടിരിക്കുന്ന ഈ ഘട്ടത്തിൽ താങ്കളുടെയീ തിരിച്ചറിവ് വളരെ ആപത്കരമായിരിക്കും. ജനത നമ്മെ പിരിയും. താങ്കളോർക്കണം യുദ്ധം ചെയ്തുകൊണ്ടിരിക്കുന്ന നമ്മളെന്നും സുഹൃത്തുക്കൾതന്നെയായിരുന്നു.

"പ്രസിഡന്റ്... യെസ്... നമ്മുടെ സൗഹൃദത്തിന്റെ നിലനിൽപ്പിനുവേണ്ടി അടരാടി മരിച്ചവരായിരുന്നു എന്നും നമ്മുടെ ജനതയും സൈനികരും. അവരാ സത്യത്തെ മറന്ന് എപ്പോഴെങ്കിലും പരസ്പരം ഹസ്തദാനം ചെയ്യുമ്പോൾ പുലാവ് തിന്നുമ്പോൾ... ക്രിക്കറ്റ് കളിക്കുമ്പോൾ നാമവരെ നിങ്ങൾ ക്രിക്കറ്റിലല്ല യുദ്ധത്തിലാണേർപ്പെട്ടിരിക്കുന്നതെന്ന് വിലക്കിക്കൊണ്ടിരുന്നു."

"അതെ... അപ്പോഴവരുടെ ഹസ്തദാനം ധൃതരാഷ്ട്രാലിംഗമെന്നും ക്രിക്കറ്റ് ദുര്യോധനന്റെ കള്ളച്ചൂതെന്നും പുലാവ് താടകയുടെ വക്ഷോജത്തിലെ പാലെന്നും തിരിച്ചറിഞ്ഞ് തോക്കെടുക്കും. തന്റെ മുന്നിലിരുന്ന് പുലാവ് തിന്നുന്നവൻ ശത്രുവെന്ന് തിരിച്ചറിയും... അല്ലാത്തപക്ഷം അവരുടെ ശത്രു നമ്മളാവും... അതിനാലവരുടെ പ്രാണൻ

പുഷ്പചക്രങ്ങൾക്കായി ഇനിയും പൊലിയട്ടെ. പുതിയ റിക്രൂട്ട്മെന്റുകൾ തുടർന്നുകൊണ്ടേയിരിക്കട്ടെ... നമ്മുടെ യുദ്ധവും."

"പക്ഷേ പ്രസിഡന്റ്... ജനതയോടുള്ള ഈ കാപട്യം എനിക്കിനി തുടരാൻ വയ്യ..."

സ്ക്രീനിൽ ശത്രുരാജ്യത്തലവന്റെ മുഖം മായുന്നു.

പ്രസിഡന്റ് ശിരസിലിടിച്ചു.

ഉപദേഷ്ടാവ് പറഞ്ഞു:

"സർ... അതും യുദ്ധതന്ത്രമാണ്. യുദ്ധത്തിൽനിന്ന് വിടവാങ്ങുന്നു വെന്ന പ്രഖ്യാപനം. നാം സേനകളെ പിൻവലിക്കുകയോ മരവി പ്പിക്കുകയോ ചെയ്യുന്ന തക്കംനോക്കി ശത്രുവിന് ആഞ്ഞടിക്കാം. എന്നും കത്തി പിറകിലൊളിപ്പിച്ചുകൊണ്ട് സമാധാനദൂതുമായി ആളയച്ചിട്ടുണ്ട് നമ്മുടെ ശത്രു."

"ശരിയാണ്. നമ്മുടെ സൈനികർ സദാ ജാഗരൂകരായിരിക്കട്ടെ. ബജറ്റിൽ സപ്ലിമെന്ററിയായി ആയിരംകോടികൂടി നീക്കിവെക്കുക. ആയുധങ്ങൾക്കും റിക്രൂട്ട്മെന്റുകൾക്കുമായി."

"സർ... ശത്രു പ്രതിരോധതന്ത്രങ്ങളിൽ കുറേക്കൂടി മുന്നേറിയിട്ടുണ്ട്. നമ്മെപ്പോലുള്ള ശത്രുരാജ്യങ്ങളുടെ പ്രതിരോധതന്ത്രപരീക്ഷണശാ ലകളിലെ കമ്പ്യൂട്ടർഫയലുകളിൽ വൈറസുകൾ കടത്തിവിടുക. ഹാക്കേർസിനെക്കൊണ്ട് എല്ലാ ഫോർമുലകളും തകിടംമറിക്കുക.. അങ്ങിനെയങ്ങനെ സാങ്കേതികവിദ്യയുടെ അനന്തസാധ്യതകൾ അവർ പ്രയോജനപ്പെടുത്തുന്നു... സർ. ഇത് നമ്മുടെ തലച്ചോറിനെ ജ്യൂസാക്കി മാറ്റുന്ന തന്ത്രമാണ്."

പ്രസിഡന്റ് മേശപ്പുറത്ത് ആഞ്ഞടിച്ചു.

"തന്ത്രങ്ങൾ തന്ത്രങ്ങൾ..ശത്രുവിന്റെ അതിമഹത്തായ തന്ത്രങ്ങൾ. അത് മാത്രമാണ് താങ്കൾ അഭിമാനപൂർവ്വം വിളമ്പുന്നത്. അവനെ തകർക്കാൻ നമുക്കുള്ള തന്ത്രങ്ങൾ പറയൂ... പുതിയ ടെക്നോളജി? ഫോർമുലകൾ...?"

"സർ"

ഉപദേഷ്ടാവ് പതിഞ്ഞ ശബ്ദത്തിൽ പറഞ്ഞു:

"പഴയതിൽനിന്നല്ലാതെ ഒരു പുതിയ തന്ത്രവും ലോകത്തുണ്ടാവു ന്നില്ല. പല പ്രതിരോധതന്ത്രങ്ങളുടെയും ഡി.എൻ.എ. പഴയ ചില ഗ്രന്ഥങ്ങളിലുണ്ടെന്ന് ഞാൻ മനസ്സിലാക്കുന്നു."

പ്രസിഡന്റ് അക്ഷമനായി:

"പറയൂ."

"ശത്രുരാജ്യത്തെ നശിപ്പിക്കുകയോ വരുതിയിലാക്കുകയോ ചെയ്യുന്ന തന്ത്രങ്ങൾ ചിത്രീകരിക്കുന്ന ഒരു ഗ്രന്ഥം ഞാൻ അങ്ങേയ്ക്ക് പരിചയപ്പെടുത്താം. വിഷക്കരു എന്നാണ് പേര്... അത് വായിച്ചുകഴിഞ്ഞാൽ ഒരു പക്ഷേ ശത്രുവിനെ നശിപ്പിക്കാനുള്ള പുതിയ തന്ത്രങ്ങൾ താങ്കൾക്ക് മെനഞ്ഞെടുക്കാൻ കഴിഞ്ഞേക്കും. അങ്ങ് സമചിത്തതയോടെ ഈ പുസ്തകം വായിക്കൂ."

"ശത്രു നശിക്കണം. ശത്രുരാജ്യം കീഴടങ്ങണം. അതിനായി പതിനായിരം ഗ്രന്ഥങ്ങൾ തന്നെ ഞാൻ വായിക്കും."

പ്രസിഡന്റ് സ്വകാര്യമുറിയിലിരുന്ന് ഗ്രന്ഥം നിവർത്തി.

മൂന്ന്

വിഷക്കരു

സൗരയൂഥപഥങ്ങളിലവൻ സൂര്യനായ് ജ്വലിക്കുന്നു. സപ്തർഷിമണ്ഡലങ്ങളിലുമവൻ കേന്ദ്രസ്ഥാനീയൻ.

ധരണിയിൽ, ഹിമഗിരിശൃംഗത്തിലഗ്രജനായ് മാനം മുട്ടുന്നു.

ആകാശ ബുദ്ബുദങ്ങളിൽ

പാൽചന്ദ്രികയിൽ

സാഗരതിരകളിൽ

പുല്ലിലും പുൽച്ചാടിയിലുമവൻ-

ദിലീപൻ...!

അശ്വരഥങ്ങളിലവൻ പടകാഹളമുയർത്തി അതിരുകളിലെത്തുമ്പോൾ, പ്രവേശനകവാടങ്ങൾ തുറന്ന് ശിരസ് നമിച്ച് സാമന്തരാജാക്കൻമാരവനെ വരവേൽക്കുന്നു. അനന്തവിസ്തൃതിയാർന്ന അവന്റെ രാജ്യത്തോട് സ്വയം ചേർന്ന് അവന് കരവും കപ്പവും കൊടുക്കാൻ അവർ നിരനിൽക്കുന്നു.

അഗ്നിയെ വേൾക്കാനായുന്ന ഈയാംപാറ്റകളെപ്പോലെ അവന്റെ ചാന്ദ്രമുഖദർശന സൗഭാഗ്യത്തിനായ് കന്യകമാർ രാജരഥ്യകളിൽ നിറയുന്നു.

“പ്രഭോ... എല്ലാം അവൻ വെട്ടിപ്പിടിച്ചുകൊണ്ടിരിക്കുന്നു. ധനം അധികാരം കന്യക... യശസ്.”

“നിർത്ത്”

ദിലീപനെ വർണിച്ച പടയാളിയുടെ ശിരസു കുനിയുന്നു.

അംഗരാജൻ സേനാപതിക്കുനേരെ ഗർജ്ജിച്ചു:

“ഉം... ഇവന്റെ ശിരസറുക്ക്... അവന്റെ വീരഗാഥകൾ പാടിയ ഇവന്റെ നാവറുക്ക്. അവനെ കണ്ട കണ്ണുകൾ ചൂഴ്ന്നെടുക്ക്...”

പടയാളിയുടെ ശിരസ് രാജാങ്കണത്തിലുരുണ്ടു.

“എന്റെ മോനെ...”

ഒരു മാതാവിന്റെ പൊട്ടിയടർന്ന വിലാപം ഭീതിദമായൊരു കിതപ്പിലേക്കമർന്നു.

രക്തം മാർബിൾ തറയിൽ ഒരു ചിത്രകമ്പളം വിരിച്ചു.

അംഗൻ രക്തനദിയിലേക്ക് തുറിച്ചുനോക്കി.

പടയാളിയുടെ രക്തത്തിലും നിർമ്മലനായി, വിജയശ്രീലാളിതനായി മന്ദസ്മിതം തൂകി ദിലീപൻ...!

അംഗൻ അസഹ്യനായി തലയ്ക്കടിച്ചു. വെകിളി പൂണ്ട് സിംഹാസനത്തെ വലംവെച്ചു.

അവനെ ജയിക്കണം.

അവൻ നശിക്കണം!

അവന്റെ രാജ്യവും അവൻ അളന്നെടുക്കുന്ന രാജ്യങ്ങളും തനിക്ക് കപ്പം തരണം.

തന്റെ നിബന്ധപുസ്തകത്തിൽ സർവരാജാക്കളും ആജന്മം അധമർണ്ണരാകണം.

രാജഭണ്ഡാരങ്ങളിൽ അളവറ്റ നവരത്നങ്ങളും കരവും കുന്നുകൂടണം.

തന്റെ രാജമേനിയിൽ മോഹാവേശിതരായി കന്യകമാർ അന്തപ്പുരം നിറയണം.

ലോകം മുഴുവൻ പുകൾപെറ്റവനാവണം.

ഏറ്റവും അധികാരവും,

ഏറ്റവും ദ്രവ്യമോഹിനിമാരും,

ഏറ്റവും പ്രസിദ്ധിയും,

എനിക്കുമാത്രമാവണം!

ജഗമാകെ, പ്രജകോടികൾ എന്നെമാത്രം സ്തുതിച്ചുണരണം.

എനിക്കുശേഷം പ്രളയമാവണം!

പക്ഷേ അവൻ?

അവനെ വെല്ലാനാവുന്നില്ലല്ലോ?

താൻ മരത്തിൽ കാണുന്നതെല്ലാം അവൻ മാനത്തു കാണുന്നു. ശത്രുരാജ്യങ്ങളിലേക്ക് താൻ പടനയിക്കാനൊരുങ്ങുമ്പോഴേക്കും ചാരൻമാർ വാർത്തകൾ തരികയായി:

-പ്രഭോ..നന്ദരാജ്യം ദിലീപന് കീഴടങ്ങി.

-പ്രഭോ..വേദസാമ്രാജ്യം ദിലീപന് കപ്പം കൊടുക്കാൻ സന്നദ്ധമായി.

അവനോടുതന്നെ താൻ എത്രവട്ടം നേരിൽമുട്ടി തോറ്റോടി?

ഏറെ സൈന്യക്ഷതമില്ലാതെ, ഏറെ ഗജാശ്വങ്ങളെ വധിക്കാതെ അവൻ ജയിക്കുന്ന യുദ്ധതന്ത്രമേത്? ആദ്യം അതറിയണം.

അമിത്രരാജ്യങ്ങൾപോലും മനംമാറി സന്ധിപ്രദാനങ്ങളിലൊപ്പുവെക്കുന്ന ആ യുദ്ധനീതിയറിയണം. അവന്റെ കൊട്ടാരശാസ്ത്രവും ഗൂഢമാർഗങ്ങളും രക്ഷാദുർഗങ്ങളുമറിയണം.

നേർക്കിനി വയ്യ!

"പറയു മന്ത്രിമുഖ്യൻ... അവനെ കീഴ്പെടുത്താൻ എന്താണ് മാർഗം?... അവന്റെ രാജകൊട്ടാരത്തിലെത്തി അവനെ നശിപ്പിക്കാൻ...?

മന്ത്രിമുഖ്യന്റെ ചിന്തയിലും കടന്നലുകളിരമ്പി:

"അംഗരാജൻ... യുദ്ധചരിത്രത്തിൽ ഒരുപക്ഷേ ഏറ്റവും കൂടുതൽ ഒരേ രാജാവിനോട് പടയൊരുക്കുകയും അത്രയുംതവണ തിരിഞ്ഞോടുകയും ചെയ്ത രാജ്യം നമ്മുടേതു മാത്രമായിരിക്കും... ആ നിലയ്ക്ക് നേരിട്ടിനിയൊരു യുദ്ധം നമ്മുടെ ഖജനാവിനേയും സൈനികശക്തിയേയും ദുർബലപ്പെടുത്തുകയേയുള്ളൂ."

"പക്ഷേ ഏറ്റവും കൂടുതൽ പിന്തിരിഞ്ഞോടിയ ഈ അംഗനെന്ന ഞാൻ ധീരനാണ് മന്ത്രീ... ഞാനെന്നും പട കൂട്ടിക്കൊണ്ടേയിരുന്നു. എന്റെ പിന്തിരിയലുകൾ അടുത്ത ആക്രമണത്തിനുള്ള ശക്തിയാർജ്ജിക്കാനായിരുന്നു. എന്നാൽ ആദ്യംതന്നെ നട്ടെല്ലു വളച്ചു കപ്പം കൊടുത്തവർ ഭീരുക്കളല്ലേ? എനിക്കവരോട് പുച്ഛമാണ്."

എന്നാൽ സ്വമേധയാ കപ്പംകൊടുത്തു ദിലീപസാമ്രാജ്യത്തിൽ ചേർന്നവരാണവർ എന്ന സത്യം മന്ത്രിമുഖ്യൻ പറഞ്ഞില്ല.

പടയാളിയുടെ അറ്റുതെറിച്ച ശിരസ് മന്ത്രിയെ വിലക്കുന്നു.

അംഗൻ തിളച്ചു:

"തന്ത്രങ്ങൾ... അതല്ലെങ്കിൽ കുതന്ത്രങ്ങൾ... ഏതുമാവട്ടെ... അവനെ ജയിക്കാൻ എന്തുവഴി? ഹീനമാർഗങ്ങൾക്കും നാം തയാറാണ്."

"രാജാവേ... ദിലീപന്റെ സേനാവ്യൂഹം അതിശക്തമാണ്. അവന്റെ യുദ്ധാശ്വങ്ങളുടെ സൗന്ദര്യദീപ്തിയിൽ മയങ്ങി ശത്രുവിന്റെ അശ്വങ്ങൾ മുന്നോട്ട് നീങ്ങാതെ സ്തംഭിച്ചുനിൽക്കുമെന്ന് കേൾക്കുന്നു. കൂടാതെ മിത്രരാജാക്കൻമാരെല്ലാം അയാളെ സഹായിക്കും."

"അവന്റെ സേനാബലത്തിന്റെ കണക്കുകളല്ല എനിക്കാവശ്യം... കായികമായല്ലാതെ ബുദ്ധിപരമായി അവനെ നശിപ്പിക്കാനുള്ള മാർഗം പറയൂ."

മന്ത്രിമുഖ്യന്റെ ശിരസ്സിൽ കടന്നലുകൾ വീണ്ടുമിരമ്പി. തന്ത്രങ്ങളുടെ തേനറകൾ തേടിപ്പറന്നു.

മന്ത്രിയുടെ മൗനസർപ്പത്തിന്റെ ഫണമർമ്മത്തിൽ ചവുട്ടി അംഗൻ ചിരിച്ചു:

"സമയം വൃഥാ കളയണോ മന്ത്രിമുഖ്യാ?... അവനെ ജയിക്കാനുള്ള തന്ത്രം നിങ്ങൾക്ക് തെളിയുമെങ്കിൽ മന്ത്രിമുഖ്യൻ എന്നെ ജയിച്ച് ഇവിടെ രാജാവാകുമായിരുന്നല്ലോ? ശേഷം ദിലീപനെ ജയിക്കാനും താങ്കൾക്കെളുപ്പമായിരുന്നു. ദിലീപൻ നീതിമാനാണെന്നാണ് ശ്രുതി... നീതിമാനായ ശത്രുവിനെ ജയിക്കാനുള്ള തന്ത്രങ്ങളെറിയാൻ അധികാരമത്തു നശിച്ച് ജീവിതവൈരാഗിയായ ജ്ഞാനികൾക്കേ കഴിയൂ..."

"ശരിയാണ് രാജൻ... അങ്ങുദ്ദേശിക്കുന്നപോലെ ഞാൻ നമ്മുടെ കൊട്ടാരംപണ്ഡിതനെ ഉടൻ വിളിപ്പിക്കാം."

നിമിഷങ്ങൾക്കകം അംഗന്റെ പള്ളിയറയിൽ പണ്ഡിതരെത്തി. ചന്ദനപീഠത്തിലുപവിഷ്ടനായി.

അംഗൻ മനം തുറന്നു:

"ഗുരോ... സാമന്ത രാജസഭകളിലെങ്ങും കാണാത്ത അങ്ങയുടെ വേഷവും ഭാവവും എന്റെ കൊട്ടാരത്തിനുമാത്രം അവകാശപ്പെട്ടിരിക്കുന്നു."

അതെ,

യോഗികളുടെ സങ്കീർണ്ണമായ ദാർശനികചിന്തകൾപോലെ കുരുങ്ങിപ്പിണയുന്ന ജടാശിരസ്സല്ല. ഒരു കൊട്ടാരംപണ്ഡിതന്റെ നിർമ്മമത്വത്തിന്റെ മിനുസമുള്ള വെള്ളത്താടിയില്ല.

നിരർത്ഥജീവിതകാമനകളുടെ ശിരസ്സിനുകൊട്ടുംപോലെ പതിയുന്ന മെതിയടിയുമില്ല!

ശ്മശ്രുരഹിതമായ ശിരസ്സും താടിയും. അർദ്ധനഗ്നൻ. നഗ്നപാദൻ!

അംഗൻ തുടർന്നു:

"അതുപോലെ എന്റെ മനസ്സിനെയലട്ടുന്ന പ്രശ്നത്തിന് അങ്ങു നൽകുന്ന പരിഹാരവും അനിതരസാധാരണമാവാനേ തരമുള്ളു."

അംഗന്റെ പ്രശംസയിൽ മതിമറക്കാത്ത പണ്ഡിതാധരങ്ങൾ മന്ത്രിച്ചു:

"പറയൂ അംഗൻ..."

"ദിലീപനെ ജയിക്കുക... നിദ്രയെപ്പോലും അകറ്റിനിർത്തുന്ന കഠിനചിന്തയായി മാറിയിരിക്കുന്നു അത്..."

പണ്ഡിതൻ നിസംഗനായി:

"അംഗൻ കേൾക്കുക... താങ്കൾ ഗർഭസുഷുപ്തിയിലായിരുന്ന മുപ്പത്തഞ്ചുവർഷങ്ങൾക്കുമുമ്പ് അന്നീ സാമ്രാജ്യത്തിന്റെ അധികാരിയായിരുന്ന താങ്കളുടെ പിതാവുമൊത്ത് ഒരു യാഗത്തിൽ ഞാൻ സംബന്ധിക്കുകയുണ്ടായി... യാഗവേദിക്കുചുറ്റും യാഗരാജാവായ കുരുവും മന്ത്രിമുഖ്യരും പരിവാരങ്ങളും. മഹിഷി വാവാത പരിവൃക്തി പാലാഗലി എന്നീ നാലു വർഗങ്ങളിൽപ്പെട്ട ഭാര്യമാരും... ജലാശയത്തിനരികിൽ ശ്വാനജഡത്തെ കൂടാതെ അശ്വ-മഹിഷീ സംയോഗത്തിനായി ചിത്രകമ്പളം നിവർത്തിയിട്ടിരിക്കുന്നു. യാഗകുണ്ഡത്തിൽ കുന്തിരിക്കവും ഘൃതാദികളും പുകയുന്നു. യാഗപുരോഹിതൻമാരായ ഹോതാവ് അധ്വര്യു ബ്രഹ്മൻ ഉദ്ഗാതാവ് തുടങ്ങിയവർ പൂജാമണികൾക്കൊപ്പം ജപാസുമങ്ങളെറിയുന്നു. ചടങ്ങുകൾക്കായി മഹിഷി എഴുന്നേൽക്കുകയും അതോടൊപ്പം കഴുത്തു ഞെരിച്ചു കൊല്ലുവാനുള്ള യാഗാശ്വത്തെ ഭടൻമാർ മുന്നോട്ടു നടത്തുകയും ചെയ്തുവെങ്കിലും അശ്വം കണ്ണുകൾ തുറിച്ച് മുൻകാലുകളുയർത്തി ജീവനുവേണ്ടി കേഴുന്നപോലെ തൊഴുത് പിന്നാക്കം വെച്ചുകൊണ്ടിരുന്നു. രാജപത്നിയായ മഹിഷി വളരെ നിശബ്ദയായിരുന്നെങ്കിലും ഇരുകവിളുകളിലും നീർച്ചാലുകൾ വിയോജിപ്പിന്റെ ബദൽരേഖയായൊഴുകി മുഖവിരിയെ നനച്ചുകൊണ്ടിരുന്നു. എന്നെപ്പോലെ ധാരാളം പണ്ഡിതർ യാഗദർശികളായി ഇരുന്നിരുന്നുവെങ്കിലും അവരാരുംതന്നെയോ രാജാവോ മഹിഷിയുടെ കണ്ണീരോ യാഗാശ്വത്തിന്റെ ഭീതിദമായ ചിനയ്ക്കലോ ശ്രദ്ധിച്ചില്ല. കുതിരയെ കഴുത്തുഞെരിച്ചുകൊല്ലാൻ ഭടൻ ഒരുങ്ങിയ നിമിഷവാട്ടെ. സൂര്യതേജസ്സാർന്ന ഒരു ബാലകൻ എങ്ങുനിന്നോ

ഉയർന്ന് കുരുവംശരാജാവിന്റെ തൊട്ടുമുന്നിലെത്തി. അവൻ തന്റെ കുഞ്ഞിവിരലുകൾ യാഗകുണ്ഡത്തിലേക്ക് ചൂണ്ടി"

ബാലശബ്ദം ന്യായാസ്ത്രങ്ങളുടെ വജ്രമൂർച്ചയാർന്നു:

"ആയിരം ഗോക്കളേയും നൂറുപലം സ്വർണവും ചെലവഴിച്ചും അമൂല്യമായ ഹോമദ്രവ്യങ്ങൾ കത്തിച്ചും പെരുമ്പറ മുഴക്കിയും സാമന്തരാജാക്കന്മാരെ ക്ഷണിച്ചും അങ്ങ് നടത്തുന്ന ഈ യജ്ഞത്തിന്റെ അർത്ഥമെന്ത് യാഗരാജാവേ?"

കുരുരാജാവിന്റെ മിഴികൾ കൗതുകത്താൽ വിടർന്ന് ചുരുങ്ങുന്നു. രാജരുധിരങ്ങളിൽ മൃദുമന്ദഹാസമിഴയുന്നു:

"ബാലകാ... ഏറ്റവും കപ്പം തരുന്ന നാട്ടുരാജ്യങ്ങൾ... ഏറ്റവും ദ്രവ്യം നിറഞ്ഞ രാജഭണ്ഡാരം... എന്റെയീ യശസ്സും പ്രാപ്തിയും ചോദ്യം ചെയ്യപ്പെടാതെ ഒരു വർഷം താണ്ടി ഇതാ യാഗാശ്വം മടങ്ങി വന്നിരിക്കുന്നു. ലോകത്തിന്റെ പരമസീമ ഈ യാഗവേദിയായി മാറിയിരിക്കുന്നു... അശ്വമേധം രാജരാജ സർവപാതകപാവനം... അതു ചെയ്താൽ പാപമറ്റോനാകും നീയില്ല സംശയം... എന്നാണ് യുധിഷ്ഠിരനോട് വ്യാസമഹർഷി പറഞ്ഞത്."

"എന്നാൽ അധികാരത്തിന്റെ വാൾകൊണ്ട് നാവു ഛേദിച്ച് പ്രതിഷേധങ്ങളെ നിശബ്ദമാക്കി നേടുന്ന വിജയം നിരർത്ഥകമല്ലേ രാജാവേ?"

"മനസ്സിലായില്ല ബാലാ..."

"ആയിരങ്ങൾ ദൃക്സാക്ഷികളാകവെ ഹോതാക്കളുടെ അശ്ലീലശകാരവർഷമേറ്റുകൊണ്ട് രാജമഹിഷി ചത്ത കുതിരയെ ഭോഗിക്കണമെന്ന നീചാചാരത്തിലൂടെ സ്ത്രീത്വത്തെ അവഹേളിക്കുന്നുവെന്ന സത്യം വെളിവാക്കുന്ന നിസ്സഹായതയുടെ പിടച്ചിൽ ഈ മഹിഷിയുടെ കണ്ണിൽ അങ്ങു കാണുന്നില്ലേ? പച്ചയായി വെട്ടിയരിയപ്പെടേണ്ടുന്ന ജന്തുദ്രോഹത്തിൽ ക്രുദ്ധയാവുന്ന ഈ വെള്ളക്കുതിരയുടെ കുതറലും അങ്ങ് കാണുന്നില്ലേ?"

"ദൈവപ്രോക്തമായ യാഗനിയമങ്ങൾ ലംഘിച്ചാൽ യാഗഫലം ലഭിക്കുന്നതെങ്ങിനെ ബാലകാ?"

"അശ്വമസ്തകത്തിൽ ജയപത്രം പതിപ്പിച്ച് നൂറുയാഗങ്ങളിലൂടെ അങ്ങ് നേടുന്ന ഇന്ദ്രപഥം അങ്ങയുടെ മാത്രം ഏകാധിപത്യത്തിന്റെ വിജയചിഹ്നമാകുന്നു. ഈ കൊട്ടാരത്തിലെ ഒരു പൂർവ്വസായാഹ്നത്തിൽ യാഗഫലം പരജീവികൾക്കുതകില്ലെന്ന ദൃഷ്ടാന്തം പൊൻകീരിയുടെ കഥ പറഞ്ഞെന്നെ ബോധ്യപ്പെടുത്തിയതും

അങ്ങുതന്നെയാകുന്നു. ദരിദ്രബ്രാഹ്മണൻ യാചിച്ചുകിട്ടിയ മലർപ്പൊടി കുടുംബത്തോടൊപ്പം കഴിക്കാനിരിക്കവെ വന്നു കയറിയ സാധുവായ അതിഥിക്കു നൽകി ബ്രാഹ്മണകുടുംബം പട്ടിണി കിടന്നു. ആ ത്യാഗഭവനത്തിലെത്തിയ കീരിയുടെ അർദ്ധഭാഗം പൊന്നായി മാറി... മറുഭാഗം പൊന്നാക്കാൻ യാഗവേദിയിലെത്തിയിട്ടും അതു സംഭവിച്ചില്ല. എങ്കിൽ രാജാവേ എന്താണ് യാഗാർത്ഥം? അതിനാൽതന്നെ ഹിംസയുടെ നാരായം പ്രജകളുടെ കണ്ണീരിൽ മുക്കി വിജയചരിത്രമെഴുതുന്നതിനേക്കാൾ അധമമാവില്ല യാഗലംഘനം."

കുരുവംശരാജൻ ശഠിച്ചു:

"യാഗം നടക്കും ബാലകാ..."

ബാലകൻ തന്റെ യുദ്ധാഭ്യാസശിക്ഷണത്താൽ ബലമാർന്ന നെഞ്ചുയർത്തി:

"എങ്കിൽ രാജാവേ... രാക്ഷസീയമായ രീതിയിൽ അശ്വത്തെ വധിച്ചും മഹിഷിയെ നഗ്നയാക്കി അശ്വഭോഗം നടത്തിയും സാക്ഷാത്ക്കരിക്കുന്ന ഈ യാഗത്തെ ഞാൻ തടയുന്നു. അതിനായി അങ്ങയുമായി ഞാൻ യുദ്ധത്തിന് തയാറാവുന്നു..."

"എന്ത്?"

കുരുരാജാവിന്റെ അധരം വിറച്ചു.

"എന്നാൽ ബാലനായ ഞാൻ എന്നും നീതിയുടെ പക്ഷം ചേർന്നുനിൽക്കാനാഗ്രഹിക്കുന്നു. ഒരു യുദ്ധത്തിൽ സംഭവിക്കാവുന്ന ആയിരമായിരം വിധവകളുടെ ദീനരോദനത്തേക്കാൾ അനാഥമാക്കപ്പെടുന്ന ശിശുക്കളുടെ സങ്കടങ്ങളേക്കാൾ ദരിദ്രമാവുന്ന രാജഖജനാവിനേക്കാൾ ഭയാനകമായി എന്തുണ്ട്? അതൊഴിവാക്കാൻ യുദ്ധം ഒഴിവാകണം. അപ്പോഴാവട്ടെ യാഗവേദിയിൽ അശ്വവധവും നിസ്സഹായയായി അശ്വഭോഗം നടത്തുന്ന മഹിഷിയേയും ഞാൻ കാണേണ്ടിവരും... അതു അസാധ്യമായതിനാൽ എന്റെ സ്വന്തം ബലി ഒരു പരിഹാരമായി ഞാൻ കാണുന്നു."

"ബാലൻ എന്താണുദ്ദേശിക്കുന്നത്?"

"യാഗാശ്വത്തെ വെട്ടിമുറിക്കുന്ന വാൾകൊണ്ട് ഇതാ എന്റെ ശിരസ്സറുത്തേക്കുക... നീതിയിലധിഷ്ഠിതമായ വിമർശനത്തെ വെട്ടിയൊതുക്കുമ്പോൾ മാത്രമേ ഏത് ഭരണാധികാരിക്കും തന്റെ അധമമായ ഭരണം ഭംഗിയായി നിറവേറ്റാൻ കഴിയു എന്ന് താങ്കളും തെളിയിക്കുക."

ഇങ്ങനെ പറഞ്ഞുകൊണ്ട് ആ ബാലൻ കുരുരാജാവിന്റെ മുന്നിൽ ശിരസ് കുനിച്ച് ആത്മത്യാഗത്തിനായി നിന്ന നിമിഷം രാജാവ് ഇരുകൈകളാലും ആ ബാലനെ കോരിയെടുത്ത് തുടുത്ത കവിളിൽ തുടർച്ചയായി ഉമ്മ വെച്ചു:

"മകനെ... നീതിയുടെ പക്ഷത്ത് എങ്ങനെ ചേർന്നുനിന്നുകൊണ്ട് ഭരണം നടത്തണമെന്ന് നിന്റെ വാദങ്ങൾ ഇന്നും എന്നെ ഓർമ്മപ്പെടുത്തുകയാണ്. നിന്റെ രക്ഷാകർതൃത്വത്തിൽ ഞാൻ അഭിമാനിക്കുന്നു."

കുരുരാജൻ മന്ത്രിമുഖ്യനു നേരെ തിരിഞ്ഞു:

"അശ്വത്തെ പന്തിയിലേക്കും മഹിഷിയെ അന്തപ്പുരത്തിലേക്കും തിരിച്ചയക്കുക. പകരം അവരുടെ പ്രതിമകൾതീർത്ത് പ്രതീകാത്മകമായി ഈ യാഗകർമ്മം നിറവേറ്റുക..."

പണ്ഡിതാചാര്യൻ തുടർന്നു:

"കേൾക്കണം അംഗരാജൻ... ആ കുരുരാജാവിന്റെ ഏകമകൻ തന്നെയായിരുന്നു ദിലീപൻ. നിഷാദശരമേറ്റ് മടിയിൽവന്നു വീണ പ്രാവിന് പകരം സ്വന്തം മാംസം നൽകാൻ തായാറായ ശിബിയോടാണവന് സാമ്യം... പിതാവിന്റെ ജര ഏറ്റെടുത്ത് സ്വന്തം യുവത്വം പിതാവിന് നൽകിയ പുരുജൻമമാണവൻ... അവനെയാണ് താങ്കൾക്കിപ്പോൾ ജയിക്കേണ്ടത്."

അംഗന്റെ മിഴികളിൽ ക്രോധാഗ്നി മിന്നി:

"പണ്ഡിതരേ... നീതിയുടെ വാൾ നിരന്തരം കാട്ടി എന്നെ അധൈര്യനാക്കാനുള്ള ശ്രമം നിർത്തുക. ഒരു യുദ്ധം നയിച്ച കൃഷ്ണനെ കൊല്ലാൻ നിമിത്തമായതെന്ത്? വെറുമൊരു നിഷാദശസ്ത്രം. പിന്നെയാണോ ദിലീപൻ. ദിലീപനെ വീഴ്ത്താനുള്ള കുതന്ത്രമാണെനിക്കാവശ്യം... ദശാബ്ദങ്ങളായി എന്റെ നിദ്ര കെടുത്തുന്ന എന്റെ ശത്രുവാണവൻ... എനിക്കവനെ നശിപ്പിക്കണം. കുരുവംശസാമ്രാജ്യം സ്വന്തമാക്കണം."

രാജപണ്ഡിതൻ മുഖം കുനിച്ചു.

അംഗപുരികം ചുളിഞ്ഞു:

"അങ്ങ് ശിരസ് കുനിക്കുന്നതെന്ത്?... അംഗസാമ്രാജ്യം എന്നും കപ്പം കൊടുക്കുന്ന ഒരു ആശ്രിതരാജ്യമായി നിന്നുകാണാനാണോ താങ്കൾ ആഗ്രഹിക്കുന്നത്?"

"അംഗൻ... നട്ടെല്ലോടെ നിവർന്ന ശിരസ്സിൽ എനിക്ക് നന്മയുടെ പാതകൾ മാത്രമേ തെളിയുന്നുള്ളൂ. എന്റെ തലകുനിക്കുമ്പോൾ നട്ടെല്ല് വളയ്ക്കുമ്പോൾ എനിക്ക് ധാരാളം നീചമാർഗങ്ങൾ തെളിഞ്ഞു വരുന്നു."

അംഗവദനം പ്രസന്നമായി:

“അങ്ങ് ശിരസ്സുയർത്താതിരിക്കു...”

“രാജൻ... കാലങ്ങളായി ശത്രുരഹസ്യങ്ങളറിയുന്നതിനായി അമാത്യൻമാരെക്കൂടാതെ ഗൂഢപുരുഷൻമാരായ അനേകം സത്രികളെ താങ്കളയക്കുന്നുണ്ട്. വേഷപ്രച്ഛന്നരായി ഒരു ഗൂഢസന്ദേശം പോലും നൽകാതെ അവർ കാലംകഴിക്കുന്നു. ചിലരോ ധനാസക്തിയിൽ കൂറുമാറി ശത്രുരാജാവിന്റെ സേവകരുമായിരിക്കുന്നു.”

“അവരെ വധിക്കാൻ അനേകം ഗൂഢപുരുഷൻമാരെ നാം നിയോഗിച്ചിട്ടുണ്ടല്ലോ ആചാര്യാ?”

“അത് സാധ്യമാവട്ടെ... നാം മറ്റുപായങ്ങൾ കണ്ടെത്തണം. കാര്യസാധ്യത്തിനും ശത്രുനാശത്തിനുമായി ചതുരുപായങ്ങൾ സ്വീകരിക്കാറുണ്ട്. സാമം ദാനം ഭേദം ദണ്ഡം തുടങ്ങിയവയാണത്.”

“ദിലീപനെതിരെ ഇതിൽ ഏതുപായമാണ് ഫലിക്കുക?”

“യുവരാജാ... ഞാനവ വിശദീകരിക്കാം. സ്നേഹവായ്പും കുരുട്ടുബുദ്ധിയില്ലാത്തവരുമായവരെ സ്നേഹാർദ്രമായ സമീപനത്താൽ വശത്താക്കുന്നതാണ് സാമോപായം...”

“സ്നേഹം കൊടുത്താൽ ദിലീപൻ സ്നേഹം തരും... അതവന് വിനാശകരമാവുന്നില്ലല്ലോ പണ്ഡിതരേ?”

“ധീരയോദ്ധാക്കളേയും മറ്റും ദാനം കൊണ്ട് വശീകരിക്കാമെന്നാണ് നിയമം. അഭിനന്ദനവചസ്സുകൾവരെ ഇതിൽപെടും രാജൻ.”

“പണ്ഡിതരേ... സ്വന്തം രാജ്യംതന്നെ ദാനം നൽകാനും കപ്പം കൊടുക്കാനും രാജാക്കൻമാർ അവന് മുന്നിൽ വരിനിൽക്കുമ്പോൾ അവൻ ദാനത്താൽ പ്രലോഭിതനാവാനോ? ശുദ്ധഭോഷ്ക്.”

“ശത്രുക്കളെ തമ്മിൽ തല്ലിച്ച് വശീകരിച്ചെടുക്കാം. ഭേദോപായമാണത്.”

“അങ്ങ് വീണ്ടും എന്നെ ചിന്താക്കുഴപ്പത്തിലാക്കുന്നു... അവന്റെ ശത്രു ഒരുപക്ഷേ ഞാൻ മാത്രമായിരിക്കണം.”

“ലോകോപദ്രവകാരികളെ ദണ്ഡം കൊണ്ട് ജയിക്കാമെന്ന് പറയുന്നുണ്ട് അംഗൻ... കൊലപ്പെടുത്തുക... ധനമപഹരിക്കുക... അതാണ് ദണ്ഡോപായം.

അംഗൻ പണ്ഡിതരുടെ മുന്നിലേക്കെത്തി തൊഴുതു:

“അങ്ങ് ആദ്യം പറയേണ്ടുന്ന ഉപായം അവസാനമായി പറഞ്ഞിരിക്കുന്നു. എന്റെ ലക്ഷ്യം അത് മാത്രമാണ്. അവനെ കൊല്ലുക.

അവന്റെ ധനാദികൾ അപഹരിക്കുക... എന്നാൽ താങ്കൾ പറഞ്ഞ ഉപായം എന്റെ ലക്ഷ്യമാവുമ്പോഴും അതിനുള്ള മാർഗം അങ്ങുപദേശിക്കുന്നില്ല. ഞാൻ അങ്ങയെ വരുത്തിയതും അതറിയാനാണ്. ദിലീപനെ ചതിയിലൂടെ നശിപ്പിക്കാനുള്ള മാർഗം."

പണ്ഡിതൻ ശിരസ്സൊന്നു ചെരിച്ചു:

"അതിലേക്കാണ് ഞാൻ വരുന്നത് അംഗൻ... ചതുരുപായങ്ങളിൽ നാലാമത്തെ ദണ്ഡോപായം നടക്കുന്നതിനുമുൻപ് ആദ്യ ഉപായമായ സാമോപായം നാം സ്വീകരിക്കണം. സ്നേഹാർദ്രനും വക്രതയില്ലാത്തവനുമായ ദിലീപനെ സ്നേഹം കൊണ്ട് കീഴടക്കാനുള്ള തന്ത്രം... ഏതു പുരുഷനിലും നമുക്ക് പ്രതീക്ഷാപൂർവം പ്രയോഗിച്ചുനോക്കാവുന്ന ഒരു തന്ത്രമുണ്ട്... പൂർണവൈരാഗികൾ പോലും അതിൽ കാലിടറി വീണിട്ടുണ്ട്. വംശാവലിയുടെ നിലനിൽപിൽ അതനിവാര്യവുമാണ്.

"പറയൂ ആചാര്യാ"

"കാമതന്ത്രം"

അംഗൻ ചിരിച്ചുലഞ്ഞു:

"ഹാ... കൊക്കോകശാസ്ത്രം ദിലീപന്റെ കൊട്ടാരത്തിൽ വിതരണം ചെയ്യണമെന്നോ?"

"അംഗൻ... താങ്കൾ വളരെ അക്ഷമനാവുന്നു... കലാനിയമങ്ങളെ അവഹേളിക്കുകയും ചെയ്യുന്നു. വാത്സ്യായനന്റെ അറുപത്തിനാലുകലകളിൽ പുരുഷനെ വശീകരിച്ചെടുക്കുന്ന രതിതന്ത്രങ്ങളെക്കുറിച്ചുള്ള വിസ്താരമോർമ്മയില്ലേ?"

'തീർച്ചയായും രാഗവത്ത് മുതൽ അയന്ത്രിതം വരെയുള്ള രതിലീലകൾ നാം മറക്കുമോ?"

"ഞാനുദ്ദേശിച്ചത് കാമതന്ത്രങ്ങളിൽ സമ്പൂർണയും ബാഹ്യസൗന്ദര്യത്തിൽ അത്യുജ്ജ്വലയുമായ ഒരു മോഹിനിയെ നാം ദിലീപന്റെ മനസ്സിളക്കി വീഴ്ത്താൻ നിയോഗിക്കുന്ന കാര്യമാണ്."

അംഗരാജാവ് കൈയടിച്ചു:

"ഭേഷ്... ദിലീപനിപ്പോൾ എന്റെ തടങ്കൽപാളയത്തിൽ വന്നുകുടുങ്ങിയ ഒരനുഭൂതിയുണ്ടാവുന്നു ആചാര്യാ. നാം തീരെ ചിന്തിക്കാതിരുന്ന ഒരുപായമാണ് താങ്കൾ വെളിവാക്കുന്നത്. എങ്കിലും അത് കുറേക്കൂടി വിശദീകരിക്കൂ."

"പറയാം... അവൾ നടനത്തിലും സംഗീതാദികലകളിലും വളരെ നിപുണയായിരിക്കണം. ദിലീപന്റെ രാജ്യാതിർത്തിയിൽ കാൽകുത്തുന്ന നിമിഷംതന്നെ അവളുടെ ആഗമനവാർത്ത കൊട്ടാരത്തിലെത്തിക്കാൻ തക്കവണ്ണം കാവൽക്കാരെ ഉന്മത്തരാക്കുന്ന സൗന്ദര്യം അവൾക്കുണ്ടാവണം... രാജസദസ്സിൽ അവളുടെ നൃത്തം നടക്കണം... അതാവട്ടെ ദിലീപനവളെ കൊട്ടാരം നർത്തകിയാക്കി വാഴിക്കുന്നതരത്തിൽ ഉന്നതവുമായിരിക്കണം... അതോടെ അംഗരാജൻ താങ്കളുടെ ചിരകാലസ്വപ്നത്തിന് ചിറകുകൾ മുളച്ചുതുടങ്ങും."

"താങ്കളുടെയീ വിവരണത്തിലൂടെതന്നെ ചിറകുവെച്ച ഒരു തുമ്പി എന്റെ മനസ്സിലിപ്പോഴേ ഉദയം ചെയ്തിരിക്കുന്നു. മനോരാജ്യത്തിൽ ദിലീപന്റെ കൊട്ടാരവും നൃത്തമേടയും ആ അജ്ഞാതമോഹിനിയുടെ മാദകനടനവും നാം കാണുന്നു."

"കാലക്രമേണ അവൾ ദിലീപന്റെ മനസ്സിനെ കപടപ്രേമത്താൽ കീഴടക്കണം. തീർച്ചയായും അവൾ ദിലീപന്റെ അന്തപ്പുരത്തിലെത്തും. പിന്നെ?"

"പിന്നെയെല്ലാം സ്വാഭാവികമല്ലേ പണ്ഡിതരേ...?"

"അല്ല അംഗൻ... ഞാൻ പറഞ്ഞ സാമോപായം ഇനി മാത്രമാണ് ഫലത്തിൽ വരുന്നത്. പട്ടമഹിഷിയായി ഉയർത്തപ്പെട്ടാലും അന്തപ്പുരത്തിലെ ഭോഗശയ്യയിലെത്തിയാലും ഒരു സാധാരണമർത്യനെപ്പോലെ കാമാർത്തനാവണമെന്നില്ല ദിലീപൻ. സംയമനത്തിലും അയാൾ അഗ്രിമനാണ്.

"അന്തപ്പുരത്തിന്റെ ഗോപ്യതയിൽ ആ സംയമനത്തേയും ജയിക്കുന്ന അംഗസൗഷ്ഠവമുള്ളവളാണ് ആ കന്യകയെങ്കിൽ?"

"അതെ രാജൻ..അവൾ കുലപന്തീധർമ്മിയായി ശയനേഷു വേശ്യയായി പ്രവർത്തിക്കണം."

"എന്നിട്ടോ? ആ വേഴ്ച ദിലീപനെ നശിപ്പിക്കുമെന്നോ?"

"അതെ... കന്യകയുടെ കൂർത്ത നഖേന്ദുപ്സർശനം... വികാരവിവശമായ ചുംബനഘട്ടത്തിലെ ദന്തക്ഷതം... രതിയുടെ വേഗാവേഗങ്ങളുടെ പരിസമാപ്തിയിൽ അംഗൻ... ഞാനത് ദർശിക്കുന്നു..."

"ദിലീപന്റെ സംതൃപ്തമായ നിദ്ര. അല്ലേ?"

അംഗൻ പുച്ഛത്തോടെ മുഖം കോട്ടി. പണ്ഡിതൻ നിഷേധാർത്ഥം തലയിളക്കി:

"അനന്തമായ നിദ്ര"

"അനന്തം?"

"അതെ രാജൻ... കന്യയുടെ മാറിൽനിന്ന് വഴുതിയിറങ്ങാതെ നിശ്ചേഷ്ടനായി നീലരക്തമൊലിച്ചിറങ്ങുന്ന ചുണ്ടുകളുമായി... ഏറെ ചോരവീഴ്ത്താതെ തന്റെ സാമ്രാജ്യം വിശാലമാക്കിയ ഒരു ചരിത്രനായകന്റെ പതനം."

"പണ്ഡിതർ അർത്ഥമാക്കുന്നത്?"

"അതെ... നാമയക്കുന്ന കന്യക വിഷകന്യകയാവണം. രോമകൂപങ്ങളിൽ അധരപേശികളിൽ ഉച്ഛ്വാസത്തിൽപോലും വിഷം വമിക്കുന്ന വിഷകന്യക."

അംഗരാജാവ് രാജപണ്ഡിതനെ നമിച്ചുപോയി:

"ആചാര്യാ... അങ്ങയുടെ പാണ്ഡിത്യയശസ് ചൂടിയ സാമ്രാജ്യത്തിന്റെ അധിപനായതിൽ ഞാൻ അഭിമാനിക്കുന്നു."

രാജപണ്ഡിതന്റെ വദനത്തിലാവട്ടെ വിഷാദത്തിന്റെ ക്ലാവ് പിടിക്കുന്നു:

"അംഗൻ... ദിലീപനെ ചതിയിലൂടെ കൊല ചെയ്യാനുള്ള കുബുദ്ധി ഉപദേശിക്കുമ്പോഴും അയാൾ പ്രജാവത്സലനാണെന്ന സത്യം ഞാൻ മറക്കുന്നില്ല. എന്നാൽ യുദ്ധനീതിയിൽ ശിഷ്ടർ എതിർപക്ഷത്തു നിൽക്കുന്നു എന്ന വാദം കൊണ്ടുമാത്രം ചതിക്കപ്പെടുന്ന ധാരാളം രേഖകൾ നമുക്ക് പുരാണങ്ങളിൽത്തന്നെയുണ്ട്. പൊയ്ക്കുതിരയെ നിർമ്മിച്ചു അശ്വത്ഥമാവെന്ന് പേരിട്ടുകൊന്ന് മകൻ മരിച്ചുവെന്ന് കള്ളം പറഞ്ഞ് ദ്രോണരെ തളർത്തുന്നതാര്? ധർമ്മപുത്രരായ യുധിഷ്ഠിരൻ... തന്ത്രമുപദേശിക്കുന്നതോ കൃഷ്ണഭഗവാൻ... എന്നാൽ ധർമ്മസംസ്ഥാപനമാണോ താങ്കളുടെ ലക്ഷ്യമെന്നത് താങ്കൾ തന്നെ നിർണയിക്കൂ..."

അംഗനറിയാതെ രാജപണ്ഡിതൻ സ്വയം ഉള്ളിൽ മന്ത്രിച്ചു:

-അന്ന് കള്ളം പറഞ്ഞ് യുധിഷ്ഠിരൻ അത് പൊയ്ക്കുതിരയെന്ന് പതിയെ മന്ത്രിച്ച് സ്വന്തം മനസാക്ഷിയോട് നീതി പുലർത്താൻ ശ്രമിച്ചു. ഞാനോ... കുരുവംശപുത്രാ ദിലീപരാജാ താങ്കളെന്നോട് പൊറുത്താലും...!

രാജപണ്ഡിതൻ പതിയെ പള്ളിയറയിൽനിന്നകന്നു.

അംഗൻ മന്ത്രിമുഖ്യനും സേനാപതിക്കുംനേരെ തിരിഞ്ഞു:

"മന്ത്രിമുഖ്യൻ... താങ്കൾക്കെല്ലാം മനസ്സിലായി എന്നു കരുതട്ടെ?"

"ശത്രുനാശത്തിനായി വിഷകന്യകയെ അയക്കുന്ന തന്ത്രം ഫലവത്താകുമെന്നുറപ്പാണ് രാജൻ..."

“ദിലീപന്റെ ചെങ്കോലും കിരീടവും അണിഞ്ഞുനിൽക്കുമ്പോഴുള്ള സുഖം എനിക്കിപ്പഴേ അനുഭവമാകുന്നുണ്ട്... ഞാനത് നേടുകതന്നെ ചെയ്യും.”

മന്ത്രി അനുകൂലിച്ചു:

“ഒരു സുന്ദരിക്കത് സാധ്യമാണ് രാജാവേ... ഒരു സ്ത്രീയാൽ വിശ്വാമിത്രന്റെ തപോബലം തകർന്നെങ്കിൽ സ്ത്രീസ്പർശമേൽക്കാത്ത ഋഷ്യശൃംഗനെ വശീകരിക്കാൻ ഒരു വൈശാലിക്കായെങ്കിൽ... രാമനെ വനവാസത്തിനയയ്ക്കാൻ മന്ഥരക്കായെങ്കിൽ ഇതും സാധ്യമാണ്.”

അംഗൻ സേനാപതിയെ നോക്കി:

“ദിലീപന്റെ അന്തപ്പുരം വരെ കീഴടക്കുംവിധം അംഗസൗഷ്ഠവവും സൗന്ദര്യവുമുള്ള കന്യകയെ കണ്ടെത്തുന്ന ദൗത്യം ഇനി താങ്കൾക്കുള്ളതാണ്. നൃത്തസംഗീതാദികലകളിൽ നിപുണയായ... കടാക്ഷങ്ങളിലസ്ത്രങ്ങൾ പെയ്യിക്കുന്ന ഒരു ചാരസുന്ദരിക്കായി എത്രയും പെട്ടെന്ന് വിളംബരപ്പലകയിൽ പരസ്യം ചെയ്യൂ... കന്യകയുടെ ദേഹസമർപ്പണം രാജ്യരക്ഷയ്ക്കാണെന്ന് അടിവരയിടാൻ മറക്കരുത്.”

സേനാപതി കർമ്മനിരതനായി.

അംഗരാജ്യത്തിന്റെ തെരുവുകളിലെങ്ങും വിളംബരപ്പലകകളിൽ രാജശാസന തിളങ്ങി. ചെണ്ടയും കോലുമായി ഭടൻമാരലഞ്ഞു.

വിളംബരത്തിനുശേഷം ഏഴു ദിവസത്തിനകമാണ് സേനാപതിയുടെ മുൻപാകെ പെൺകൊടിമാരോ രക്ഷിതാക്കളോ ഹാജരാകേണ്ടത്.

സുന്ദരിമാരുടെ ഘോഷയാത്ര കാത്ത സേനാപതിയുടെ മിഴികൾ വരളുന്നു. ഏഴുനാളും കടന്നു. സാന്ധ്യസൂര്യൻ പുതുചന്ദ്രനെ ദർശിക്കാതെതന്നെ അക്ഷമയുടെ കടലിൽ താഴുന്നു.

സേനാപതി ഭടന്മാരെ തുരത്തി:

“എല്ലാ രാജപാതകളിലും വിളംബരപ്പലകകൾക്കുമുന്നിലും ഒന്നുകൂടി പരതൂ... രാജകൽപ്പനയിൽ ഉത്തേജിതരായി തന്റെ മക്കളെ രാജ്യത്തിന് സമർപ്പിക്കാൻ തയാറായ വൃദ്ധപിതാക്കളെ കണ്ടാൽ ഉപചാരപൂർവ്വം പല്ലക്കിലേറ്റി മുന്നിലെത്തിക്കൂ. അല്ലാത്തപക്ഷം...”

സേനാപതിയുടെ സ്വരം ദീനമാവുന്നു. അയാൾ ആത്മഗതം നടത്തുന്നു:

“അല്ലാത്തപക്ഷം... അധികാരമോഹാന്ധതയിൽ വീശുന്ന വാളിന് ഉന്നം പിഴക്കുക അപൂർവം.”

അമാലവൃന്ദവും പടയാളികളും ശരറാന്തലുകളും നെയ്പന്തങ്ങളുമായി ചിതറിയോടി. പാതിരാക്കറുപ്പിനെ വിഴുങ്ങിയ അന്വേഷണ വെട്ടത്തിൽ തസ്കരൻമാർ പോലും കാടുകളിലേക്ക് പിൻവാങ്ങി. രാജമുഖമാർഗങ്ങൾവരെ ചെന്നിട്ടും ആരുമില്ല.

പ്രഭാതത്തിൽ, സേനാപതി അരമനയിലേക്ക് നടക്കവേ മനസ്സിലുറപ്പിച്ചു:

-ഇനി അംഗന്റെ കൈയുടെ നീളവും നിവർത്തിയ വാളിന്റെ അറ്റവും കഴിഞ്ഞ് നിൽക്കാൻ ശ്രമിച്ചാൽ എനിക്ക് നന്ന്...!

അരമനയിൽ സേനാപതി വിറച്ചു:

"ആരുമില്ല തിരുമേനീ... ആരും."

വിഷദ്രുമം കുടിച്ചപോലെ അംഗന്റെ മുഖത്ത് കാളിമ നീന്തി:

"സേനാപതീ... ഒരു കോടി ജനസംഖ്യയുള്ള എന്റെ അംഗരാജ്യത്തിന്റെ രക്ഷക്കായി ഒരു കന്യകയും തയ്യാറല്ലെന്നോ?"

അംഗന്റെ രാജകരങ്ങൾ വാളിലേക്ക് നീളുന്നില്ല. രാജാവ് കൈകൾ പിറകെ കെട്ടിയനിലയിൽ നാലുചാൽ നടന്നു. സേനാപതി ശ്വാസമയച്ചു:

"അപരിചിതമായ ഒരു ചാരജന്മത്തിലേക്കുള്ള മാറ്റം പുഷ്പിണികൾ ഭയക്കുന്നുണ്ടാവണം തിരുമേനീ..."

"ദേശരക്ഷയെന്ന വാക്ക് വിളംബരത്തിൽ താങ്കൾ അടിവരയിട്ടതല്ലേ?"

"തീർച്ചയായും"

"പ്രഖ്യാപിച്ച ആനുകൂല്യങ്ങൾ ഒന്നുകൂടി പറയൂ."

"കന്യകയുടെ പത്തുതലമുറയോളമുള്ള കുടുംബാംഗങ്ങളുടെ ഭക്ഷണം ഉപനയനം യാത്രാചെലവുകൾ എല്ലാം രാജഖജനാവിൽ നിന്ന്... ഭൃത്യവേലക്കായി രണ്ട് അടിമകൾ. തസ്കരൻമാരിൽനിന്നുള്ള രക്ഷക്കായി രണ്ട് ഭടൻമാർ സദാ..."

"പണ്ഡിതൻ പറഞ്ഞ ദാനോപായം ഇതിൽക്കൂടുതൽ അർത്ഥമാകുന്നുണ്ടോ സേനാപതി?"

"ഉണ്ടാവില്ല തിരുമേനി"

"എന്നിട്ടും ഈ സൗഭാഗ്യങ്ങൾക്കുനേരെ മുഖം തിരിയ്ക്കാൻ തക്കവണ്ണം അധമമായ് തോന്നിയോ അവർക്ക് രാജ്യരക്ഷ?... എത്രയുംപെട്ടെന്ന് രാജപണ്ഡിതനോട് നമ്മെ സന്ദർശിക്കാൻ പറയൂ..."

പള്ളിയറയിലെ രാമച്ചപീഠത്തിൽ പണ്ഡിതാചാര്യൻ ഉപവിഷ്ടനാകവേ അംഗൻ തന്റെ ചോദ്യം ആവർത്തിച്ചു. യതിവര്യന്റെ ശാന്തവദനത്തിൽ മൃദുമന്ദഹാസത്തിന്റെ ചന്ദനതൈലം പരന്നു:

"അംഗൻ... ദേശസ്നേഹത്തെക്കുറിച്ച് താങ്കളാണ് തെറ്റിദ്ധരിച്ചിരിക്കുന്നത്. ദേശഭക്തി ഒരു വിളംബരപ്പലകയിലൂടെ ജനിപ്പിക്കാൻ ആർക്കുമാവില്ല... ഗുരുഭക്തിപോലെ മാതാപിതാഭക്തിപോലെ അമ്മിഞ്ഞപ്പാൽ നുണയുന്ന കാലംതൊട്ടേ ആർജ്ജിക്കേണ്ടുന്ന ശീലമാണത്. കുഞ്ഞുനാളിലേ പ്രജകൾക്കു നൽകേണ്ടുന്ന രാജ്യസ്നേഹത്തിന്റെ പാഠങ്ങളിൽ അംഗൻ ശ്രദ്ധിച്ചില്ല. പട്ടാഭിഷേകം തൊട്ടേ താങ്കൾ നിരന്തരം യുദ്ധത്തിൽ ഏർപ്പെട്ടുകൊണ്ടിരിക്കയായിരുന്നു എന്നതാണ് സത്യം."

"ആ അനിവാര്യത പ്രജകളും മനസ്സിലാക്കേണ്ടതല്ലേ?"

"അംഗൻ ഇവിടെ അറിവിന്റെ പ്രശ്നമല്ല... കന്യകമാരുടെ വിധിയുടെ പ്രശ്നമാണ്. നിലവിലുള്ള ജീവിതം വേണോ അതോ മരണം വേണമോ എന്നതാവും പ്രശ്നം. താങ്കൾ പ്രഖ്യാപിച്ച ദ്രവ്യാനുകൂല്യങ്ങൾ ഒരു മരണത്തിന് പകരമാവണമെന്നത് പ്രജ അംഗീകരിക്കണമെന്നില്ല."

"അങ്ങ് പറയുന്നത്?"

"അംഗൻ... ഒരു ചാരസുന്ദരിയെ തിരയുന്നപക്ഷം ആയിരങ്ങൾ തയ്യാറായേനെ... എന്നാൽ വിഷകന്യകയാവാൻ തയാറുള്ള ഒരു സുന്ദരിയെയാണ് നാം തിരയുന്നതെന്നോർക്കണം. വിഷമുക്തമായ ഒരു ശരീരം വെടിഞ്ഞ് വിഷലിപ്തമായ ഒരു ശരീരത്തിലേക്കാണവൾ പ്രവേശിക്കേണ്ടത്. സർപ്പദംശനത്താലും വിഷസേവയാലും സ്വന്തം രോമകൂപങ്ങൾ വരെ വിഷമയമാക്കേണ്ടവൾ. പിന്നെ എവിടെയാണൊരു തിരിച്ചുപോക്ക്... നന്മയിൽ നിന്നും ഒരുകാലത്തും തിരിച്ചുവരാത്ത തിന്മയിലേക്കുള്ള യാത്രപോലെയാണത്. വിഷം കയറ്റിയ അവളുടെ ഉടലിനുള്ളിലാവട്ടെ ആർക്കും മനസ്സിലാവാത്ത, ആർക്കും സ്വീകരിക്കാൻ കഴിയാത്ത വിഷമില്ലാത്ത ഒരു മനസ്സ് കുടിയിരിക്കുകയും ചെയ്യും... ആ മനസ്സിനെയറിഞ്ഞ് അവളെ തൊടുന്നവരാകട്ടെ മരിച്ചുവീഴുകയും ചെയ്യും. മനസ്സിച്ഛിക്കാതെ എന്നും കൊലയാളിയായിരിക്കാനുള്ള വിധി കൂടിയാവുമത്. ഈ പ്രതിസന്ധി ഏറ്റെടുക്കാൻ ഏത് വനിതയാണ് പെട്ടെന്ന് തയാറാവുക?"

"പണ്ഡിതരേ... ദിലീപനെ തോൽപ്പിക്കാൻ അങ്ങുനൽകിയ പരിഹാരമാർഗ്ഗത്തെ താങ്കൾതന്നെ അടയ്ക്കുകയാണോ?... ഇത് പരിഹാസ്യമായിരിക്കുന്നു."

“തീർച്ചയായുമല്ല... എന്നാൽ ധനദ്രവ്യങ്ങളിൽ ആകൃഷ്ടരായി ആരെങ്കിലും വരണമെന്നില്ല. ചതുരുപായങ്ങളിൽ ദൺഡോപായം കൊണ്ടേ ചിലപ്പോൾ കാര്യസാധ്യമുണ്ടാവൂ.”

“അപ്പോൾ ഭീഷണിയിലൂടെ ഒരു കന്യകയെ കണ്ടെത്തണമല്ലോ?...”

അംഗൻ സേനാപതിയെ നോക്കി. സേനാപതി ചിന്തയുടെ പാശംവെടിഞ്ഞു:

“അംഗരാജാവേ... എന്റെ മനസ്സിൽ ഒരു സുന്ദരിയെ തെളിയുന്നുണ്ട്.”

“ഓഹോ വിളംബരബഹളങ്ങൾക്കും എന്റെയീ മനോക്ഷോഭത്തിനുംമുമ്പ് സേനാപതീ താങ്കളത് പറയാതിരുന്നതെന്ത്?”

“കന്യകയെങ്കിലും മറ്റന്നാൾ അവൾ മറ്റൊരു ജീവിതഘട്ടത്തിലേക്ക് പ്രവേശിക്കാൻ തയാറായതറിഞ്ഞതിനാൽ പറയാൻ മടിക്കുകയായിരുന്നു.”

രാജഹാസം പൊട്ടിച്ചിരിയായുയർന്നു:

“ഈ അംഗസാമ്രാജ്യാധിപൻ നിശ്ചയിച്ചാൽ മാറാത്ത ജീവിതഘട്ടമോ?... അതിന് നാളത്തെ ഇടവേളതന്നെ ധാരാളം... പറയൂ... ആര്... ആരാണത്?”

“ദേവദാസിത്തെരുവിലെ മാതംഗിയുടെ മകൾ ചിത്രലേഖ.”

മനക്കെട്ടഴിഞ്ഞു. സിരകളിൽ ആശ്വാസത്തിന്റെ കുളിർപ്പാച്ചിൽ! അംഗൻ മഞ്ചത്തിലമർന്നു:

“മാതംഗി... നമ്മുടെ രാജാങ്കണത്തിൽ വളരെവട്ടം നൃത്തം ചവിട്ടിയിരിക്കുന്നു. എത്രവട്ടം എന്റെ പട്ടും വളയും വാങ്ങി. അവളുടെ നടനനൈപുണ്യം എന്നെ വിസ്മയിപ്പിച്ചതാണ്.”

“തിരുമേനി... അപ്പോഴൊക്കെ അവളുടെ ചേലാഞ്ചലത്തിൽ പിടിച്ച് ഒരു കൊച്ചുനർത്തകിയും ഈ സഭയിലേക്ക് വന്നിരുന്നു. ചിത്രലേഖ... അവളിപ്പോൾ അമ്മയേക്കാൾ സുന്ദരിയും നൃത്തസംഗീതാദികലകളിൽ അതിവിദഗ്ധയുമായ പതിനേഴുകാരിയാണ്. പക്ഷേ...”

അംഗൻ ക്ഷുഭിതനായി:

“പക്ഷേ... ലോകത്തിലെ സമസ്തനാശങ്ങൾക്കും കൂടപ്പിറപ്പായ രണ്ടക്ഷരം... അതാവർത്തിച്ച് എന്നെയും ക്ഷുഭിതനാക്കുന്നതെന്തിന്?”

"ക്ഷമിക്കണം തിരുമേനീ... ദേവദാസികളുടെ കുലാചാരപ്രകാരം അവളെ യെല്ലമ്മയ്ക്ക് സമർപ്പിക്കുന്നത് മറ്റന്നാളാണ്. ക്ഷേത്രോപജീവിയായി പരപുരുഷസംസർഗത്തിലേർപ്പെട്ടും നൃത്തമാടിയും കാലം കഴിക്കാൻ നേർച്ച ചെയ്യപ്പെട്ടിരിക്കുന്നവൾ..."

അംഗൻ ചിന്താധീനനായ പണ്ഡിതന്റെ മൗനത്തിലേക്ക് ചോദ്യത്തിന്റെ മിഴി നീട്ടി.

"പണ്ഡിതരേ... കുലാചാരം ദേശരക്ഷയേക്കാൾ വലുതാണെന്ന് താങ്കളും വിചാരിക്കുന്നുവോ?"

"ദേശത്തിനായി പ്രാണൻപോലും വെടിയേണ്ടിവരുമെന്ന നീതിയോർത്താൽ അങ്ങിനെ വിചാരിക്കുവാൻ വയ്യ."

"എങ്കിൽ ഈ സേനാപതിക്ക് ദണ്ഡനീതി ഉപദേശിക്കൂ... ചിത്രലേഖ മറ്റന്നാൾ യെല്ലമ്മ ക്ഷേത്രത്തിലേക്ക് പോവാതെ എന്റെ സഭയിലെത്തട്ടെ... സേനാപതീ..."

സേനാപതി ചെവി കൂർപ്പിച്ചു.

അംഗരാജൻ കൽപിച്ചു:

"നമ്മുടെ കൊട്ടാരം വൈദ്യനോട് വിഷക്കല്ലുകളും സർപ്പക്കൂട്ടുകളുമായി ഒരുങ്ങിയിരിക്കാൻ പറയുക... അദ്ദേഹത്തിന്റെ ചികിത്സാഭാണ്ഡത്തിലെ വിഷക്കൂട്ടുകൾക്കായി ഏതെല്ലാം സർപ്പങ്ങളെ ഏതേത് മാളങ്ങളിൽനിന്നാണ് പിടിക്കേണ്ടതെന്നു ചോദിക്കുക. എനിക്ക് ദിലിപന്റെ യുദ്ധതന്ത്രങ്ങളും ഗൂഢമാർഗങ്ങളുമറിയണം. അവനെ തകർക്കണം അവന്റെ രാജ്യം പിടിക്കണം. ചതിച്ചായാലും കൊന്നായാലും എനിക്ക് ജയിക്കണം. ജയം അതുമാത്രമാണെന്റെ ലക്ഷ്യം... അതുമാത്രം."

ഒരു ക്രീഡാലഹരിയിലെന്നപോലെ അംഗന്റെ കൃഷ്ണമണികൾ പിടഞ്ഞു. മുഖം വക്രിച്ചു. നെഞ്ചിടിപ്പിന്റെ ക്രമരാഹിത്യത്തിൽ അംഗരാജൻ കിതച്ചുകൊണ്ടേയിരുന്നു.

നാല്

ശരവേഗമാണീ മാനിന്റെ കാലുകൾക്ക്.

ഈ ശരവേഗത്തെ തടയാൻ അടവിയിലാര്?

ഗിരിനാഭിയിൽനിന്നുയിർകൊണ്ട് കാടിനരഞ്ഞാണമായി സ്വച്ഛമൊഴുകുന്ന നദിക്കരയിലൂടെയിപ്പോൾ ഈ മാനിന് പറക്കാം.

ഈ മാനോട്ടത്തിന് വരുതി നിശ്ചയിക്കാൻ അവൾ മാത്രം!

ദാഹാർത്തയാവുമ്പോൾ ഓട്ടം നിർത്തി അരുവിയിലേക്ക് മുഖം താഴ്ത്തി ദാഹം തീർക്കാം.

അവളുടെ ദാഹത്തിനതിർത്തി പണിയാൻ ഈ അടവിയിലാര്?

ഇലഞ്ഞിയുടെയും പാലയുടെയും സുഗന്ധനിശ്വാസമേറ്റ് അവൾക്കതാ ആ പച്ചപുൽത്തകിടിയിൽ മലർന്നുകിടക്കാം. പുള്ളിയിട്ട കൈകാലുകളകറ്റി കന്യാസ്തനങ്ങൾ ആകാശപഥങ്ങളിലേക്ക് എറ്റിച്ചുനിർത്തി ഒറ്റയ്ക്കു എത്രനേരവും മലർന്നുകിടക്കാനുള്ള ജന്മസ്വാതന്ത്ര്യം അവൾക്കുണ്ട്.

അവളുടെ കരിമിഴികളും ചെഞ്ചുണ്ടുകളും കുതിക്കുന്ന കാലുകളും അവളുടേതുമാത്രം.

ശക്തയായ, അചഞ്ചലയായ പുള്ളിമാൻ...!

എന്നാൽ എത്ര പെട്ടെന്നാണ് അരുവിയുടെ സ്ഫടികശോഭയിലേക്ക് വിഷനീലിമ അരിച്ചെത്തുന്നത്?

പുള്ളിമാൻ ചുറ്റും നോക്കി.

കാടിന്റെ പച്ചിലത്തോരണങ്ങൾക്കിടയിലൂടെ അവൾ ഭീതിയോടെ കണ്ടു.

നിഷാദചക്ഷുക്കൾ!

കയ്യിൽ കുലച്ച വില്ല്!

ഒരു കൈവിരൽതള്ളലിൽ സ്വാതന്ത്ര്യത്തിന്റെ പ്രാണനാഡികളെ അരിഞ്ഞെടുക്കാൻ വെമ്പിനിൽക്കുന്ന ക്രൂരമ്പുകൾ! ഒന്നല്ല. ചുറ്റും വേടൻമാർ. ആയിരമായിരമമ്പുകൾ!

അവൾ മുന്നോട്ടു പദം വെച്ചു. കുലച്ച വില്ലുകൾ അവൾക്കുപിറകെ! അവൾ ഹതാശയായി, വ്യർത്ഥമായി എങ്ങോട്ടൊക്കെയോ ഒഴിയാൻ നോക്കി.

എങ്ങുമെങ്ങും നിഷാദശരങ്ങൾ മാത്രം!

ശരങ്ങൾതീർത്ത വൃത്തത്തിലേക്ക് ചുരുണ്ടുചുരുണ്ടു ചെറുതാവുമ്പോൾ ആരോ പിറുപിറുത്തു.

ഇതാണ് നിന്റെ സ്വാതന്ത്ര്യം. വലുതിൽനിന്നും ചെറുതാകലിലേക്കുള്ള പ്രയാണാന്ത്യം!

ശൈശവബാല്യങ്ങളിലെ അകൻമഷമായ ആകാശപ്പരപ്പിൽനിന്നും തരളയൗവ്വനത്തിന്റെ അടിമച്ചുഴിയിലേക്കുള്ള നിതാന്തപതനം!

അവൾ ഞെട്ടിയുണർന്നു.

സ്വന്തം കുടിലിലെ സ്വകാര്യമുറിയിൽ ചിത്രലേഖ ഒറ്റയ്ക്കാണ്. അമ്മയും കൂട്ടുകാരി കനകയും ക്ഷേത്രത്തിലെ പൂജകൾക്കായി പോയിരിക്കുന്നു.

യാഥാർത്ഥ്യത്തിന്റെ ഉലയിൽ കിടക്കവേ, പുളച്ചുയരുന്ന അഗ്നിശലാകകളുടെ ചിറകിൽ അവൾ എല്ലാം വ്യക്തമായി കാണുന്നു.

സ്വതന്ത്രമായ കാടിന്റെ സ്വന്തമായോടിത്തുടിച്ച മാനിന്റെ ദശ തീർന്നിരിക്കുന്നു! അതൊരു കനകസ്വപ്നം പോലെ പുലർച്ചെക്കൊടുവിൽ അസ്തമിച്ചുകഴിഞ്ഞു.

ഇതാ യാഥാർത്ഥ്യത്തിന്റെ പുലരി!

താൻ മറ്റന്നാൾ പൂർണമായ അർത്ഥത്തിൽ ദേവദാസിയാവുകയാണ്.

ദേവദാസി!

എത്ര മനോഹരമായ പേരാണത്. എന്നാൽ ദൈവത്തിന്റെ സമ്മതപത്രം കിട്ടിയ വേശ്യയെന്നല്ലാതെ മറ്റെന്ത് പ്രയോഗികാർത്ഥമാണതിനുള്ളത്?

തന്റെ നടനവിദ്യയും ഗാനാലാപന നൈപുണ്യവും ഇനി ക്ഷേത്രാങ്കണത്തിലെ കാമാർത്ഥികളുടെ സദസ്സിന് സ്വന്തം. അവരോ ദൈവത്തിന്റെ പ്രതിപുരുഷൻമാർ! ഈ ശരീരം അവരുടെ രുദ്രവീണ! അവരുടെ കാമനദി. തന്റെ പ്രേമവും മാതൃത്വവും കാമചോദനകളും സ്വപ്നത്തിലെ മാനിന്റേതുമാത്രം. സ്വപ്നം കഴിഞ്ഞു. വിശാലവനവും അരുവിയും മാഞ്ഞുകഴിഞ്ഞു. താൻ നിഷ്ക്കളങ്കയായ കന്യകയിൽ നിന്നും ദേവദാസിയുടെ പതിത്വദശയിലേക്ക് പദമൂന്നുകയാണ്.

മനസ്സേ നീയതാഗ്രഹിക്കുന്നില്ലെങ്കിലും നീയതിന് നിർബന്ധിതയാണ്. ആഗ്രഹങ്ങളുടെ, അമർത്തിവെച്ച കാമനകളുടെ ചുടലയിൽനിന്നാണ്, അതിന്റെ ചാരംകൊണ്ടാണ് നീ പുതിയ സ്വത്വം നിർമ്മിക്കേണ്ടത്. നിർമ്മിച്ച് പരിപാലിക്കേണ്ടത്.

ആ മാൻ. അത് നീയേ ആയിരുന്നില്ല!

"ചിത്രലേഖേ വാതിൽ തുറക്കൂ..."

അമ്മയുടെ ദൈന്യമായ സ്വരം!

ഇപ്പോൾ ചിത്രലേഖ ദേവദാസിത്തെരുവിന്നറ്റത്തെ യെല്ലമ്മ ക്ഷേത്രത്തിൽനിന്നുള്ള മണിനാദം കേൾക്കുന്നു.

അവൾ കട്ടിലിൽ നിന്നെഴുന്നേറ്റ് വാതിൽ തുറന്നു. മാതംഗിയും സഖി കനകയും അകത്തെത്തി. അമ്മയുടെ ചുംബനം നിറുകയിൽ വീഴവേ അടരുന്ന ബാഷ്പമണികൾ ശിരസ് നനച്ചു.

"അമ്മേ എന്തുപറ്റി? ഈ പുതിയ സ്ഥാനലബ്ധിയിൽ എല്ലാ അമ്മമാരും സന്തോഷിക്കുന്നതായിട്ടാണല്ലോ അറിവ്?"

"സുഖംതരുന്ന ഒരറിവിൽനിന്നും ദുഃഖാർത്തമായ അറിവിലേക്കുവീഴാൻ മനുഷ്യന് ഒരു വിനാഴികപോലും വേണ്ടെന്ന് എനിക്കിപ്പോൾ തോന്നുന്നു മോളേ..."

ചിത്രലേഖയും അതറിയുന്നവൾ!

മഴമേഘം കണ്ട് പീലി വിശറിയാക്കി ആനന്ദനൃത്തമാടുന്ന മയിലിനെ കരിച്ച് വെണ്ണീറാക്കാൻ അതേ മഴമേഘത്തിന്റെ ഒരു മിന്നലടി മാത്രം മതിയല്ലോ.

അമ്മ വിതുമ്പലിന്റെ വ്യഥരാഗങ്ങൾ മീട്ടുകയാണ്.

സുഗന്ധതൈലങ്ങൾ പൂശി ചിക്കടർത്തിയിട്ട മുടി മാടിക്കൊണ്ട് ചിത്രലേഖ കൂട്ടുകാരിയെ നോക്കി.

"കനകേ വാസ്തവം നീയെങ്കിലും പറയൂ"

“ചിത്രലേഖേ കൊട്ടാരത്തിൽനിന്നും സൈന്യാധിപൻ നിന്നെ കാണാൻ വന്നിരിക്കുന്നു. പല്ലക്കുമായി അമാലൻമാരും ആയുധങ്ങളുമായി ഭടൻമാരും... ആനക്കെട്ടുപ്പത് പൊന്നും പണവുമായി ഒരു തേരും കൂടെയുണ്ട്...”

“ദേവദാസിയുടെ സമർപ്പണകർമ്മത്തിന് പാരിതോഷികവുമായി അയച്ചതോ?”

“അല്ലത്രെ... കുലാചാരമോ ദേശപ്രേമമോ വലുത് എന്ന് തീരുമാനിക്കാനുള്ള പ്രതിസന്ധിയുമായാണ് അദ്ദേഹം വന്നിരിക്കുന്നത്... നീതന്നെ സംസാരിച്ചുകൊള്ളൂ...”

ചിത്രലേഖ എഴുന്നേറ്റു. മുടിക്കെട്ടിൽനിന്നും അവൾക്കുമുൻപേ സുഗന്ധം പുറത്തേക്കൊഴുകി. ഗജശിശുവിന്റെയെന്നപോലെ വടിവൊത്ത നിതംബഭാരത്തെയും കടന്ന് ദാവണിയുടെ അറ്റം രാമച്ച പരവതാനിയിലിഴഞ്ഞുകൊണ്ടിരുന്നു. മയിലാഞ്ചിക്കൈകൾ വീശി നടക്കവേ, കാലിലെ പാദസരങ്ങൾ അവൾക്കറിയാത്ത താളമിട്ടുകയായി.

മുറ്റത്തെ മഞ്ചലിൽ സേനാപതി!

അൽപമകലെ കനക മൊഴിഞ്ഞതെല്ലാം.

ഭടൻമാർ!

രാജപല്ലക്കുമായി അമാലവൃന്ദം!

ധനദ്രവ്യങ്ങൾ നിറച്ച തേര്!

സേനാപതി സ്തബ്ധതയോടെ ഒരു മാത്രനിന്നു. മുലക്കച്ചയിൽ ദൃഢമായി കൂരമ്പിനറ്റം പോലെനിന്ന ജഘനമൂർച്ചകളിൽവീണ നോട്ടം അയാൾ ത്ധടുതിയിൽ പിൻവലിച്ചെടുത്ത് മന്ദസ്മിതം തൂകി:

“മാതംഗിയുടെ അംഗലാവണ്യം മനസ്സിലോർത്താണ് ഞാൻ അംഗരാജാവിനോട് ചിത്രലേഖയെ വർണിച്ചത്... എന്നാൽ യാഥാർത്ഥ്യം അതിനേക്കാൾ ചടുലവും വശ്യവുമായിരിക്കുന്നു. അംഗന്റെ പ്രതീക്ഷകൾ പൂവണിയുമെന്ന് ഞാൻ ഇപ്പോഴേ ഉറപ്പിച്ചുകഴിഞ്ഞു.”

ചിത്രലേഖയുടെ പുരികം ചുളിഞ്ഞു:

“അങ്ങ് പറയുന്നതൊന്നും എനിക്ക് മനസ്സിലാവുന്നില്ല.”

“അംഗരാജാവിന്റെ കൽപനയെക്കുറിച്ച് അമ്മയൊന്നും പറഞ്ഞില്ലേ?”

കനക കൈക്കൂപ്പി:

"അവർ വളരെ വിവശയായിരിക്കുകയാണ് സേനാപതീ"

"ദേശസ്നേഹത്തെക്കുറിച്ച് പ്രജകളെ പഠിപ്പിക്കുന്നില്ലെന്ന് രാജപണ്ഡിതർ പറഞ്ഞത് എത്ര വാസ്തവം... അല്ലായിരുന്നെങ്കിൽ അവർക്കീ വിഷമം അനുഭവപ്പെടില്ലായിരുന്നു."

ചിത്രലേഖ കാതോർത്തു.

സേനാപതി മുറ്റത്തുലാത്തി:

"അംഗരാജന്റെ പുതിയ വിളംബരത്തെക്കുറിച്ച് ചിത്രലേഖ ഒന്നും അറിഞ്ഞിരുന്നില്ലേ?"

"ഉവ്വ്... ചാരവൃത്തിക്കായി ഒരു കന്യകയെ തേടുന്ന വിവരം അംഗരാജ്യം മുഴുവൻ വാർത്തയായിരിക്കുന്നു."

"കന്യകയുടെ കുടുംബത്തിന്റെ എട്ടുതലമുറകളെ ദത്തെടുക്കുന്ന വിധം ആനുകൂല്യങ്ങൾ പ്രഖ്യാപിച്ചിട്ടും ചിത്രലേഖയും അതവഗണിച്ചു.?"

"എന്റെ ജീവിതം യെല്ലമ്മദേവിക്ക് സമർപ്പിക്കുന്ന ദിനമാണ് സേനാപതീ നാളെ... നൂറ്റാണ്ടുകളായി തുടരുന്ന ആ മുറയെക്കുറിച്ച് അങ്ങും ബോധവാനാണല്ലോ. ഒരു പുതിയ ജന്മത്തിലേക്കുള്ള പിറവിയുടെ ദുഃഖത്തെ കീഴടക്കാനുള്ള കഠിനശ്രമത്തിലായിരുന്നു ഞാൻ..."

"എന്നാൽ കേട്ടോളൂ... രാജ്യം പൊതുവായ ഭീഷണികളെ നേരിടുമ്പോൾ കുലാചാരവും വ്യക്തിപരമായ ഇഷ്ടാനിഷ്ടങ്ങളും സുഖദുഃഖങ്ങളും അപ്രസക്തമാവുന്നു."

"അങ്ങർത്ഥമാക്കുന്നത്?"

"അതുതന്നെ... ലോകം കീഴടക്കുന്ന ദിലീപനെന്ന കുരുവംശരാജാവിന്റെ ഭീഷണിയിലാണ് നമ്മുടെയീ അംഗരാജ്യവും... പടനയിച്ച് തോറ്റ് അംഗന്റെ മനസ്സ് വിഷമിക്കുകയാണ്. ദിലീപനെ ജയിക്കാൻ... അയാളുടെ യുദ്ധതന്ത്രങ്ങളറിയാൻ ചാരവൃത്തി കൂടിയേ കഴിയൂ... അംഗരാജൻ ചിത്രലേഖയെ അതിനായി തിരഞ്ഞെടുത്തുകഴിഞ്ഞു."

"ദൈവകോപത്തിൽ ഞങ്ങളുടെ കുടുംബം തകരണമെന്നോ?"

"രാജകോപത്തിൽ ഈ സേനാപതിയുടെ തലപോലും സുരക്ഷിതമല്ലാത്ത അവസ്ഥയിലാണെന്ന് പറയുമ്പോൾ നിങ്ങളുടെയൊക്കെ കാര്യം പറയണോ... അംഗന്റെ അപ്രീതിയോടെ ഒരു കുലാചാരവും നിറവേറ്റപ്പെടുകയില്ല."

“സേനാപതീ... എന്റെ എല്ലാ മോഹങ്ങളും ചാരമാക്കുന്ന പുതിയ ദേവദാസീജന്മത്തെ ഞാൻ മനസാ അംഗീകരിച്ചിട്ടില്ല. എന്നാൽ അധമമായ ചാരവൃത്തിയെക്കുറിച്ചോർക്കുമ്പോൾ എന്റെ കുലാചാരം ശ്രേഷ്ഠമാണെന്നിപ്പോൾ തോന്നുന്നു.”

“എന്ത്? അംഗരാജന്റെ കൽപനയെ കളിയാക്കുന്നുവോ?”

സേനാപതിയുടെ കൈ വാൾപ്പിടിയിൽ ചുരുണ്ടു:

“നിനക്ക് തീരുമാനമെടുക്കാൻ മറ്റൊരവസരമില്ല... സമ്മതമെങ്കിൽ ഈ പൊന്നും പണവും എടുത്തുകൊള്ളുക... നിന്റെ കുടുംബത്തിന്റെ എട്ടുതലമുറകളിലേക്കുള്ള അർത്ഥസൗഭാഗ്യങ്ങൾക്കായി രാജാവിനെ അനുസരിക്കുക.”

“എന്റെ മനസ്സമ്മതത്തോടെ അതുണ്ടാവില്ല പ്രഭോ...”

“എങ്കിൽ എനിക്ക് മറ്റൊന്നും നോക്കാനില്ല... നിന്റെ ധിക്കാരത്തിന് അംഗരാജൻ മരണശിക്ഷ വിധിക്കാതിരിക്കട്ടെ.”

സേനാപതി പടയാളികൾക്കുനേരെ തിരിഞ്ഞു. അമാലൻമാർ പല്ലക്കിന്റെ വാതിൽതുറന്നു. പടയാളികളുടെ കുന്തമുനകൾ ചിത്രലേഖയ്ക്കുനേരെ നീണ്ടു:

“ഉം... പല്ലക്കിലേക്ക് കയറൂ...”

മോഹനിദ്ര വിട്ട് അമ്മ മാതംഗി പുറത്തേക്കുവരവെ, തോഴി കനക പാദങ്ങൾ വിറച്ച് നിലത്തിരിക്കവെ, ചിത്രലേഖ കണ്ടു:

-അരുവികൾ വറ്റിയ നിബിഡവനം!

-കാലുകൾ തളർന്ന മാനിന് ചുറ്റും ക്രൂരമ്പുകൾ.

-കത്തുന്ന വേടദൃഷ്ടികൾ!

അവൾ പതിയെ പല്ലക്കിനുള്ളിലേക്കു കയറി.

അഞ്ച്

കൊട്ടാരംപണ്ഡിതനും അംഗരാജനും രഹസ്യഅറയിൽ സേനാപതിയെ കാത്തു.

സേനാപതിക്കു പിറകിൽ ദാവണിത്തലപ്പുകൊണ്ട് ശിരസുമൂടി ചിത്രലേഖ.

അംഗന്റെ മുഖം പ്രസന്നമായി.

"സേനാപതി വരൂ... താങ്കളന്റെ ദൗത്യം വിജയകരമായി പൂർത്തീകരിച്ചു. അല്ലേ?"

സേനാപതി മുഖം താഴ്ത്തി.

"ചിത്രലേഖയുടെ ദേഹം തിരുമുൻപിൽ എത്തിക്കുന്നതിൽ മാത്രമാണ് ആ ജയം തിരുമേനീ... അവളുടെ മനസ്സ് ഇതുവരെയും അങ്ങയുടെ ദൗത്യം ഏറ്റെടുത്തിട്ടില്ല."

"ദണ്ഡംതന്നെ വേണ്ടിവന്നു അല്ലേ?"

"ഉവ്വ്"

"പണ്ഡിതർ പറഞ്ഞപോലെ എന്റെ പരാജയംതന്നെ... നാളെ മുതൽ എല്ലാ ഗുരുകുലങ്ങളിലും രാജ്യസ്നേഹം ഒരു പാഠമായി ഉപദേശിക്കാനുള്ള വിളംബരമിറക്കൂ..."

"ശരി പ്രഭോ... '

അംഗൻ മുഖം കുനിച്ചുനിന്ന ചിത്രലേഖയുടെ മുന്നിലേക്ക് നടന്നു.

"ചിത്രലേഖയെ വളരെ ചെറുപ്പത്തിലാണ് കണ്ടിട്ടുള്ളത്... നിന്റെ നൃത്തകലാഗാംഭീര്യത്തെ നാം പരിശോധിക്കുന്നില്ല. കാരണം നീ ദേവദാസി മാതംഗിയുടെ മകളാണല്ലോ. നിന്റെ മുഖം നാം കാണട്ടെ..."

ചിത്രലേഖ വദനാരവിന്ദത്തിൽനിന്ന് ദാവണിത്തലപ്പ് മാറ്റവേ മാൻമിഴിയുടെ തിളക്കത്തിൽ അംഗൻ മിഴി പാതി ചിമ്മി. തുടുത്ത കപോലശോണിമയിലെ സ്വേദബിന്ദുക്കൾ മരതകം പോലെ തിളങ്ങുന്നു.

അംഗൻ സേനാപതിയെ നോക്കി.

"സേനാപതീ... ദിലീപനെ എന്റെ കാലുകൾക്ക് തട്ടിക്കളിക്കാനുള്ള ജഡമാക്കുവാൻതക്ക നിസ്തുലമായ സൗന്ദര്യം ഇവൾക്കുണ്ട്... ചിത്രലേഖേ... അംഗരാജന്റെ പ്രതിനിധിയായി ഈ ദൗത്യമേറ്റെടുക്കാൻ നിന്നേക്കാൾ യോഗ്യയായി മറ്റാരും ഈ രാജ്യത്തില്ലെന്ന് ഞാനുറപ്പിക്കുന്നു... എന്റെ പട്ടമഹിഷിമാർ നിന്റെ മുഖദർശനത്തിൽ അസഹ്യരാവും തീർച്ച."

ചിത്രലേഖ ധൈര്യം സംഭരിച്ചു:

"രാജാവേ... അങ്ങ് അംഗീകരിക്കുന്ന എന്റെയീ സൗന്ദര്യത്തിൽ ഞാനിപ്പോൾ തീർത്തും ദുഃഖിതയാണ്."

"കാരണം?"

"കുലമര്യാദകൾ വെടിഞ്ഞുള്ള ജീവിതം എന്റെ കുടുംബത്തിനും അസഹ്യമാവും."

"കുലാചാരത്തേക്കാൾ ശ്രേഷ്ഠമായ ഒരു ദൗത്യമാണ് നിനക്ക് നിർവഹിക്കാനുള്ളത്... ശത്രുരാജാക്കൻമാരുടെ പടയോട്ടത്തിൽ ക്ഷേത്രങ്ങൾ തകർക്കപ്പെടുന്ന ചരിത്രം കേട്ടിട്ടില്ലേ നീ? നിന്റെ ജീവിതം പുലരേണ്ട യെല്ലമ്മ ക്ഷേത്രംപോലും ഭീഷണിയിലാണെന്നർത്ഥം... അതിന്റെ നിലനിൽപിന് നീ ത്യാഗിയാവുക... അതിന് തുനിയുന്നപക്ഷം എട്ടുതലമുറകൾക്ക് സുഭിക്ഷമായി കഴിയാം... നമ്മുടെ ക്രോധത്തിനിരയാവുന്നപക്ഷം അതിന്റെ ഭവിഷ്യത്ത് വളരെ ഭയാനകമായിരിക്കും."

ചിത്രലേഖ മൗനിയായി.

ഇല്ല ഒഴിയാനാവില്ല!

തന്റെ ജന്മം തനിക്കവകാശപ്പെട്ടതല്ല. അത് മറ്റാരൊക്കെയോ കയ്യടക്കുകയാണ്. തന്റെ കുലദൈവംപോലും ചോദിക്കുന്നതും മറ്റൊന്നല്ലല്ലോ? ത്യാഗം ത്യാഗം മാത്രം!

അവൾ മന്ത്രിച്ചു:

"രാജകൽപനപോലെ..."

അംഗന്റെ മുഖത്ത് പുഞ്ചിരിയുതിരുന്നു:

"നീ ബുദ്ധിമതിയാണ്... പണ്ഡിതാചാര്യാ... ഇവളുടെ ദൗത്യത്തെക്കുറിച്ച് വിശദീകരിച്ചുകൊടുക്കൂ... കൂടാതെ നമ്മുടെ കൊട്ടാരശാസ്ത്രവും ഇവൾ ഹൃദ്വിസ്ഥമാക്കട്ടെ..."

അറയിലെ മൺവിളക്കിൽനിന്നും പ്രകാശം കൊട്ടാരംപണ്ഡിതന്റെ രോമരഹിതശിരസ്സിൽ പ്രതിബിംബിച്ചു. ആ വൈരാഗ്യദൃഷ്ടികൾ ചിത്രലേഖയെ ആപാദചൂഡമുഴിഞ്ഞു.

"മകളെ നീ വിഷാദവതിയാവുന്നതെന്തിന്? വളരെ ഉത്തരവാദപ്പെട്ട ഒരു കർമ്മമാണ് നീ ഏറ്റെടുക്കുന്നത്. ഒരുപക്ഷേ നീ സേനാപതിയോളം തുല്യയായി ഉയർത്തപ്പെടുന്നു എന്നുവേണം പറയാൻ. സേനാപതി ഗജാശ്വരഥങ്ങളും ഭടലക്ഷങ്ങളുമുള്ള അക്ഷൗഹിണികളൊരുക്കി ശത്രുവിനെ നേരിടാൻ സജ്ജമാവുമ്പോൾ ഒറ്റയാൾ പട്ടാളമായി അതേ ശത്രുവിന് മുന്നിലേക്ക് നീ ചെല്ലുകയാണ്. ഒരു ഭരണാധികാരിക്ക് പ്രജകളോട് ഉത്തരവാദിത്വമുള്ളതുപോലെ പ്രജയ്ക്കും തന്റെ കപ്പവും നികുതിയും കൊടുക്കുന്നതിനപ്പുറം രാജാവിനോട് ധർമ്മമുണ്ടെന്നറിയുക. ഇന്ദ്രിയജയം നേടാനിച്ഛിക്കുന്ന രാജാവ് വൃദ്ധസംയോഗത്താൽ തന്റെ പ്രജ്ഞയെ ഉണർത്തണമെന്നാണ് മതം. അതിനാൽ വൃദ്ധനായ ഞാൻ പ്രജ്ഞയെ ഉണർത്തുന്ന ഉപദേശങ്ങൾ നൽകി അംഗനോടുള്ള എന്റെ ധർമ്മം നിർവഹിക്കുന്നു. അതുപോലെ രാജാവിന്റെ ചക്ഷുക്കളുടെ ധർമ്മമാണ് ചാരൻമാർ നിർവഹിക്കേണ്ടതെന്നാണ് കൗടില്യമതം... ഈ യജ്ഞത്തിലൂടെ നീ രാജാവിന്റെ കണ്ണുകൾ കൂടിയാവുന്നു."

ചിത്രലേഖ മുഖമുയർത്തി.

"പണ്ഡിതരേ... എന്താണെന്റെ കർമ്മങ്ങൾ?"

"അംഗന്റെ നിദ്രകെടുത്തുന്ന ദിലീപരാജാവിന്റെ കൊട്ടാരത്തിലേക്കാണ് നീ പോവേണ്ടത്. തനിച്ചല്ല... കൂടെ തോഴിയും ഗൂഢപുരുഷൻമാരടങ്ങിയ വാദ്യവൃന്ദവുമുണ്ടാവണം. നിന്റെ നൃത്തനൈപുണ്യം അമ്മയായ മാതംഗിയെ ജയിച്ചുനിൽക്കണമെന്നില്ല. അവളെപ്പോലെ വിദഗ്ധയായാൽതന്നെ ദിലീപൻ നിന്റെ കഴിവിനെ അംഗീകരിക്കും. ദിലീപന്റെ കൊട്ടാരനർത്തകിയാവാൻ നിനക്ക് കഴിയണം. എന്നാൽ ലോകം ജയിച്ചുകൊണ്ടിരിക്കുന്ന ദിലീപൻ ഇന്ദ്രിയജയം നേടിയവനാകയാൽ സ്ത്രീക്കുവേണ്ടി സിംഹാസനം നഷ്ടമാക്കുകയില്ല. എന്തെന്നാൽ പൊരിമലർ തേൻകൊണ്ടെന്നു പറഞ്ഞ് വിഷം കുഴച്ചുകൊടുത്തിട്ട് കാശിരാജാവിനെ അദ്ദേഹത്തിന്റെ ദേവി നിഗ്രഹിച്ചതും നൂപുരം കൊണ്ട് നൈരന്ത്യരാജാവിനേയും വിഷലിപ്തമായ മേഖലാമണികൊണ്ട് സൗവീരരാജാവിനേയും വിഷലിപ്തമായ

കണ്ണാടികൊണ്ട് ഓലൂഥ രാജാവിനേയും വേണിയിൽ ശസ്ത്രം ഒളിപ്പിച്ചുവെച്ച് വിഡൂരഥനേയും അവരുടെ ദേവിമാർ വധിച്ചതും ദിലീപൻ പഠിക്കാതിരിക്കില്ല. എന്നാൽ അവന്റെ അന്തപ്പുരത്തിലെ സ്ത്രീനിവേശത്തിൽ പ്രവേശിക്കാൻതക്കവണ്ണം യോഗ്യത നിന്റെ സൗന്ദര്യവും കപടമായ പ്രേമവും നേടുന്നപക്ഷം കാലാന്തരത്തിൽ ദിലീപനെ കീഴ്പെടുത്താൻ പറ്റും. അവൻ നിന്നിൽ അനുരാഗബദ്ധനാവണം. നിന്റെ പ്രേമം കപടവും അവന്റെ പ്രേമം നിഷ്ക്കളങ്കവുമായിത്തീരണം. പ്രലോഭനീയമായ നിന്റെ സാമീപ്യത്തിൽ തരളഹൃദയനാവുന്നപക്ഷം അവന്റെ ഗുഢമാർഗങ്ങളും സൈനികബലവും മനസ്സിലാക്കി കൂടെയുള്ള ഗൂഢപുരുഷൻമാർവഴി അംഗരാജാവിന് ദൂത് നൽകണം... അംഗനും പടയാളികളും ദിലീപന്റെ രഹസ്യമാർഗങ്ങളിലൂടെ കൊട്ടാരത്തിനുള്ളിലെത്തുമ്പോഴേക്കും നീ നിന്റെ പ്രധാന യജ്ഞം പൂർത്തീകരിക്കണം..."

ചിത്രലേഖയുടെ മുഖത്ത് സന്ദേഹത്തിന്റെ നാഡികൾ ഞാഞ്ഞൂളുകളായി പുളഞ്ഞു.

"യജ്ഞം? എന്താണത് പണ്ഡിതരേ?"

പണ്ഡിതൻ കുതന്ത്രങ്ങളുടെ ചെപ്പ് ചിത്രലേഖയുടെ മുന്നിൽ ചൊരിഞ്ഞു. ഹീനമാർഗത്തിന്റെ കരിനാണയങ്ങൾ അവൾക്ക് ചുറ്റും ചിതറിത്തിളങ്ങി.

"അനുരാഗവിവശനായ ദിലീപനുമായി നീ സംയോഗം നടത്തണം. സ്വയംവരവേദികളിൽ ദാഹാർത്തരായി കാത്തുനിന്ന സുരസുന്ദരിമാരെ ഹതാശരാക്കിയ അവന്റെ അകന്മഷമായ അധരങ്ങളിൽ നീ ദന്തക്ഷതമേൽപിക്കണം. നിന്റെ കൈവിരൽനഖേന്ദുവാൽ അവന്റെ തപിക്കുന്ന തനുവാകെ കോറിവരയ്ക്കണം. അർദ്ധപ്രാണനാവുന്ന ദിലീപനെന്ന വടവൃക്ഷം സംയോഗപൂർത്തിയാവുമ്പോഴേക്കും തീർച്ചയായും കടപുഴങ്ങി വീണിരിക്കും..."

"കേവലമൊരു സംയോഗം അദ്ദേഹത്തെ മരണത്തിലേക്ക് നയിക്കുമെന്നോ?"

ചിത്രലേഖ മുഖം ചുളിച്ചു. പണ്ഡിതൻ ശ്മശ്രുരഹിതമായ താടിയുഴിഞ്ഞു. ചിത്രലേഖയറിയാത്ത സത്യം അദ്ദേഹം അപ്പോൾ മാത്രമാണ് പറഞ്ഞത്.

"അതെ മകളേ... അതൊരിക്കലും പവിത്രമായൊരു സംയോഗമല്ല. നിന്റെ രോമരാജികളിൽ... തരുണാധരങ്ങളിൽ രക്തസിരകളിൽ ഗുഹ്യേന്ദ്രിയങ്ങളിൽ വിഷമായിരിക്കും. വിഷം... കാരണം നിന്നെ

ഒരു വിഷകന്യകയാക്കി മാറ്റിയിട്ടാണ് അംഗരാജാവ് ചാരവൃത്തിക്കായി അയക്കുന്നത്...”

“അയ്യോ...”

ചിത്രലേഖയ്ക്കുചുറ്റും ക്ഷുമ്പാരമായ യാഥാർത്ഥ്യത്തിന്റെ കരിനാണയങ്ങളിപ്പോൾ കരിനാഗങ്ങളായി രസനകൾ നീട്ടി. വിഷസഞ്ചി തുറന്ന് ദന്തസുഷിരത്തിലൂടെ വിഷം അതിശക്തിയിൽ പുറത്തേക്കു ചീറ്റി. വിഷദംശനമാത്രയിൽ ഉടലാകെ തളർന്ന് മിഴി മറഞ്ഞ് ചിത്രലേഖ നിലംപതിച്ചു.

അംഗൻ പണ്ഡിതനെ നോക്കി ചിരിച്ചു.

“അങ്ങ് എല്ലാം ഭംഗിയായിത്തന്നെ ഫലിപ്പിച്ചിരിക്കുന്നു... പാവം കുട്ടി... അസ്തപ്രജ്ഞയായി വീണതു കണ്ടില്ലേ... ഇനിയിവൾ ഉണരുന്നത് കൊട്ടാരംവൈദ്യന്റെ ചികിത്സാലയത്തിലായിരിക്കണം. അവിടെ വിഷവിദ്യാതന്ത്രജ്ഞൻ അവളെ വരവേൽക്കട്ടെ... സേനാപതീ... എത്രയും വേഗം ഇവളെ അവിടെയെത്തിക്കൂ...”

ആറ്

മാതംഗി പറഞ്ഞു:

"പാമ്പ് ഉറയൂരുന്നതുപോലെ ഒരു ജന്മം പല വേഷങ്ങളണിഞ്ഞും ഊരിയും ജന്മകാണ്ഡം തീർക്കാൻ വിധിക്കപ്പെട്ടവരാണ് മകളേ സ്ത്രീകൾ."

ചിത്രലേഖയുടെ ചുണ്ടിൽ ഒരു മൃദുസ്മിതത്തിന്റെ നാഗശിശു തലയാട്ടി.

"ഓരോ ഉറയൂരലിലും സർപങ്ങൾ കൂടുതൽ സുന്ദരികളാവുന്നതാണല്ലോ കണ്ടിട്ടുള്ളതമ്മേ?

മാതംഗിക്ക് ഉത്തരം മുട്ടുന്നു.

മകൾ പറയുന്നത് ശരിയാണ്. കശേരുക്കളിൽ പുതിയ വർണജ്വാലയുമായി കൂടുതൽ ഊർജസ്വലതയോടെ സർപ്പങ്ങൾ ഉറയൂരിവരുന്നു. ഇര നേടുന്നതിനും ഇണചേരലിനുമായി പൂർവാധികം ശക്തിയോടെ മുന്നോട്ടു കുതിക്കുന്നു.

മനുഷ്യവംശജരായ തങ്ങളുടെ ജന്മമോ?

ദശാബ്ദങ്ങൾക്കുമുമ്പ് കുലമാതാവായ യെല്ലമ്മദേവിക്ക് സമർപ്പിക്കപ്പെട്ടപ്പോൾ തന്റെയാ ജന്മമാണ് ഏറ്റവും അധമമെന്ന് അന്ന് കന്യകയായിരുന്ന മാതംഗി നിനച്ചിരുന്നു. കന്യകാത്വവും യൗവനവും ഹോമിച്ച് വഴിവാണിഭക്കാരന്റെ മധുരപലഹാരമായി ഈച്ചയാർത്തും എറുമ്പരിച്ചും എരിവെയിലിൽ കിടക്കുന്ന തന്റെ ശാപജന്മം! കുലമര്യാദയുടെ പട്ടം മകൾക്ക് ചാർത്തിക്കൊടുക്കുമ്പോഴേക്കും ഇതൊക്കെയാണ് സുഖം എന്ന വൈരാഗ്യചിന്തയിലേക്ക് താനെന്ന മാതാവ് വന്നുകഴിഞ്ഞിരുന്നു. ക്ഷേത്രനടയിലെ തൊണ്ടായി മരിച്ച

മുത്തി പറഞ്ഞ ശ്ലോകം ഒരു പൊതുസിദ്ധാന്തമാക്കി മാതംഗിയും മകളോടു പറഞ്ഞു:

"തേന ത്യക്തേന ഭുഞ്ജീഥഃ എന്നാണ് മോളെ പറയുന്നത്. ത്യാഗത്തിലൂടെ സുഖമനുഭവിക്കണമെന്ന്..."

"പക്ഷേ ഈ ത്യാഗം അതിഭീകരമായിരിക്കുന്നു അമ്മേ."

എന്നും ഭയചകിതമായ ഒരു സർപത്തെപ്പോലെ ദന്തസുഷിരത്തിലേക്ക് വിഷസഞ്ചി ഏതു മാത്രയിലും അമർത്താൻ സജ്ജമാക്കി കാട്ടിലെ കരിയിലകൾക്കിടയിൽ പതുങ്ങിനിൽക്കേണ്ട ജന്മം! പതിയിരുന്ന് ആഞ്ഞുകൊത്തുക. അതുമാത്രമാണിനി തന്റെ ധന്യത!

"അകത്തേക്കുവരാൻ നിർദ്ദേശിച്ചിരിക്കുന്നു."

ചികിത്സാലയത്തിന്റെ മുളവാതിലിനരികിൽ പരിചാരകന്റെ മുഖം.

ചിത്രലേഖ അമ്മയേയും തോഴി കന്യകയേയും നോക്കി. അമ്മ കൈകൾ നീട്ടി. ഒരു ദീർഘപരിരംഭണാലസ്യത്തിൽ അവർ മുഴുകി.

ചിത്രലേഖയുടെ മനസ് മന്ത്രിക്കുകയാണ്:

-അമ്മേ ഞാൻ മറ്റൊരു ജന്മത്തിലേക്ക് യാത്രയാവുകയാണ്. അമ്മ പാലൂട്ടി വളർത്തിയ ചിത്രലേഖ ഇവിടെ മരിക്കുകയാണ്. ഇതെന്റെ അവസാനത്തെ ആലിംഗനമാണ്. ഞാൻ അമ്മയുടെ കവിളിൽ ചുംബിക്കട്ടെ. ഇതുപോലെ നിഷ്കളങ്കമായി നിർഭയമായി ഒരിക്കലും ഇനിയൊരിക്കലും എനിക്ക് അമ്മയെ എന്നല്ല ആരെയും പുണരാനോ ചുംബിക്കാനോ കഴിയില്ല. സ്ത്രീ എന്ന നിലയ്ക്കുള്ള എന്റെ എല്ലാ ഇച്ഛകളും കാമനകളും ഈ ചികിത്സാലയത്തിന്റെ മുറ്റത്ത് ഞാൻ കുഴിച്ചുമൂടുന്നു!

ഇനി ഏതു ദേവദാസിയുടെ ജന്മവും തനിക്കുമുന്നിൽ പുണ്യജന്മം!

അവൾ നീരണിഞ്ഞ മിഴികൾ അമർത്തി ചിമ്മി.

മൃതപ്രായയായ പുള്ളിമാൻ ആകെയൊന്നു പിടയുന്നു. ശ്വാസം പോലും വിടാൻ കഴിയാത്ത വൃത്തത്തിലേക്കു ചുരുങ്ങവേ അമ്മയും തോഴിയും വിദൂരഗ്രഹങ്ങളിലേക്ക് തെറിച്ചുപോവുന്നു.

അവൾക്കുപിന്നിൽ മുളവാതിലടഞ്ഞു.

അവിടെ എല്ലാം ഒരുങ്ങിക്കഴിഞ്ഞിരിക്കുന്നു. കൃത്രിമവും അകൃത്രിമവുമായ വിഷക്കൂട്ടുകൾ മൺകുജകളിൽ തിളച്ചു. അട്ടയും തൊട്ടാരട്ടിയും വേട്ടാളനും ചിലന്തിയും തമ്മിലിടിഞ്ഞു തുള്ളി. കണവീരയും കുന്നിയും കരിഞ്ചണയുമടങ്ങിയ മൂലവിഷത്തോടൊപ്പം ഫലവിഷവും

ക്ഷീരവിഷവും കന്ദവിഷവും അവൾക്കായൊരുങ്ങി. നരച്ചുനീണ്ട ദീക്ഷയുഴിഞ്ഞ് കൊട്ടാരം വൈദ്യൻ അവൾക്കുമുന്നിൽ അൽപനേരം മൗനിയായി നിന്നു. സന്യാസദൃഷ്ടിയാൽ അദ്ദേഹം കാരുണ്യപൂർവം അവളെയുഴിഞ്ഞു.

"മകളേ... ദണ്ഡനീതിയിലാണ് നീയീ ദൗത്യം ഏറ്റെടുക്കുന്നതെന്ന് എനിക്കറിയാം. അംഗന്റെ അപ്രീതിയുടെ ഫലം നിന്റെ കുടുംബത്തിന്റെ ഉൻമൂലനമായിരിക്കുമെന്ന് ആർക്കാണറിയാത്തത്? എന്നാൽ ഭരണാധിപൻ വിഷകൃമിയായാൽ പ്രജ എന്തു ചെയ്യും? വിഷമായിരുന്നാലും അതിലുൽഭവിക്കുന്ന കൃമിക്ക് അതൊരു ദോഷവും ചെയ്യുന്നില്ല. സാമാന്യക്കാർക്ക് ദൂഷ്യമായിട്ടുള്ളതെല്ലാം അതിൽ മുഴുകിയവർക്ക് സുഖകരം... അതിനാൽ നിന്റെ ദുഃഖം അദ്ദേഹത്തിനറിയാനും കഴിയുന്നില്ല."

ചിത്രലേഖയുടെ വ്യഥിതമൗനം ചികിത്സകനിൽ കരുണയും ഇടർച്ചയും സൃഷ്ടിക്കവേ കൂടയിലെ ഒരു സർപശീൽക്കാരം അയാളെ തന്റെ ദൗത്യബോധത്തിലേക്കുണർത്തി.

"മകളേ വിഷപർവത്തിലേക്കുള്ള നിന്റെ യാത്ര തുടങ്ങാൻ നീ സജ്ജയായോ?"

ചിത്രലേഖ പുഞ്ചിരിച്ചു.

"രാജശാസനയുടെ വാളിനുകീഴെ നിന്നുകൊണ്ടുള്ള ഈ ചോദ്യം അങ്ങയുടെ വെറുമൊരു മനഃശാന്തിക്കുവേണ്ടിയാണെന്നറിയാം. ആ ശാന്തി അങ്ങ് വേണ്ടുവോളം അനുഭവിച്ചുകൊള്ളൂ..."

"എനിക്ക് ദുഃഖമുണ്ട് മകളേ... ഇവിടെ വിഷദംശനമേറ്റ് അർദ്ധപ്രാണരായി വരുന്നവർക്ക് ജീവൻ നൽകാൻ വിഷക്കല്ലും വിഷഖണ്ഡചൂഢാമണിയുമായി ഞാൻ എന്നും കാത്തുനിന്നു. ഇതാകട്ടെ... പ്രതിവിഷശാസ്ത്രമായ വിഷോപയോഗീയംതന്നെ മാറ്റിവെച്ച് നിന്നെത്തന്നെ വിഷക്കൂടമാക്കേണ്ട ദുര്യോഗം..."

അദ്ദേഹം കിളിവാതിലിലൂടെ പുറത്തേക്കുകണ്ണയച്ചു:

"ഓരോ നക്ഷത്രത്തിലും നാലുനാഴിക നീണ്ടുനിൽക്കുന്ന അശുഭവേളയുണ്ട്. ഇപ്പോൾ വിഷപാനത്തിനുള്ള വിഷനാഴിക സമാഗതമായിരിക്കുന്നു."

ഒരു കാഞ്ഞിരപീഠത്തിലിരുത്തപ്പെട്ട ചിത്രലേഖയ്ക്കുമുന്നിൽ ഔഷധക്കൂട്ടുകൾ നിരന്നു. അതിൽ മധുരവും ശൈത്യഗുണവുമുള്ള രാജിലവിഷവും പുളിയുള്ള മണ്ഡലിവിഷവും എരിവും അത്യുഷ്ണവുമായ മൂർഖന്റെ വിഷവും കലർന്നിരുന്നു. ഭൃത്യൻ നീട്ടിയ ഒരു

മൺകോപ്പ വൈദ്യൻ നെഞ്ചോടുചേർത്ത് ധ്യാനിയായി. പിന്നെ മുറിയുടെ മൂലയിലെരിയുന്ന അഗ്നികുണ്ഡത്തിലേക്ക് ഒരു തുള്ളി ദ്രാവകമിറ്റിച്ചു. ഉച്ചസ്ഫോടനത്തോടെ നീലജ്വാല വായുവിലേക്ക് പാറി അഗ്നിയിലേക്കുതന്നെയമർന്നു.

വിഷപരിശോധനാഘട്ടത്തിൽ വൈദ്യൻ ഭൃത്യനോടാജ്ഞാപിച്ചു:

"അന്നം കൊണ്ടുവരൂ..."

സ്ഫടികസമാനമായ അന്നപാത്രത്തിൽ വിഷമിറ്റിക്കവേ അന്നം ഊഷ്മാവിൽ മയിൽകഴുത്തിന്റെ നിറമാർന്നു. പിന്നീട് ശൈത്യത്താൽ അക്ലീനരൂപമായി. കൂട്ടിൽകിടന്ന കപോതത്തെ ഭൃത്യൻ നിലത്തിറക്കി. നിലത്തെറിഞ്ഞ അന്നം കൊത്തി കപോതം ചിറകടിച്ച്, ചുണ്ടിൽ നര പതപ്പിച്ച് മൃതിയടഞ്ഞു. ജലമദ്യാദികളിൽ കറുത്തതായും തൈരിൽ കരുവാളിച്ചും തേനിൽ വെളുത്തും വിഷം വേഷങ്ങൾ മാറി.

ഒരു രഹസ്യഅറയിലെ കട്ടിലിൽ ചിത്രലേഖ കിടത്തപ്പെട്ടു. വിഷപാത്രത്തിൽനിന്നും കോരിയെടുത്ത ദ്രാവകവുമായി ചികിത്സകൻ അവൾക്കരികിലെത്തി.

"ഭയപ്പെടാതെ കഴിച്ചോളൂ കുട്ടീ..."

ചിത്രലേഖ കമ്പിതകരങ്ങൾ നീട്ടി. അവളുടെ മുഖം കരണ്ടിയിലെ വിഷബിന്ദുക്കൾപോലെ ജ്വലിച്ചു.

അവൾ മിഴികൾ ചിമ്മി മന്ത്രിക്കുകയാണ്:

-ചിത്രലേഖേ, ഈയൊരു വിഷപാനത്തോടെ നിന്നിൽനിന്നും ഞാൻ വിടപറയുന്നു. എന്റെ അംഗരാജ്യത്തിന്റെ രക്ഷക്കായി, ശത്രു നാശത്തിനായി ഞാനെന്റെ യൗവനവും കാമവും സ്വപ്നവും ബലി നൽകുന്നു!

അവൾ വിഷബിന്ദുക്കൾ പതിയെ നാവിലേക്കിറ്റിച്ചു. വൈദ്യൻ അവളുടെ നെറ്റി തലോടി മന്ത്രിച്ചു:

“വിയർപ്പും കോട്ടുവായും നിന്നെ ബാധിച്ചേക്കാം... അനിയന്ത്രിത മായ വിറയുമുണ്ടാവും... മിഴിയടച്ചുകിടന്നോളൂ... മുപ്പത് ദിനരാത്രങ്ങൾ ഈ ചികിത്സാവിധി തുടരേണ്ടതുണ്ട്”

അതെ, മുപ്പതു ദിനരാത്രങ്ങൾ...!

അവളുടെ ചുണ്ടുകൾ അതേറ്റുചൊല്ലി. ഒരു സ്വയംപ്രത്യായനനി ദ്രയിലെന്നപോലെ മിഴികൾ കൂമ്പി. സ്ഥാവരജംഗമവിഷങ്ങളുടെ മാത്രാസഞ്ചയം ബോധത്തിനുമുകളിൽ അർദ്ധസുഷുപ്തിയുടെ കമ്പളം നിവർത്തി. പരിചാരികമാർ അവളെ വിവസ്ത്രയാക്കി ഒരു വിരിക്കുള്ളിലാക്കി. ദിനരാത്രങ്ങളിലെ ഔഷധസേവയുടെ ഇടവേള കളിൽ വൈദ്യൻ ക്ഷുദ്രകീടങ്ങളെ സൂക്ഷിച്ച മൺകുടങ്ങൾ അവളുടെ തരുണമേനിയിലേക്കു തുറന്നു. പഴുതാരയും തൊട്ടാരട്ടിയും അവളുടെ വക്ഷോജങ്ങളിൽ കൊമ്പിറക്കി. തേളുകൾ കൊമ്പുകളും വാലും കനകനാഭിയിലടിച്ചു. നാഗശിശുക്കൾ ഗുഹ്യേന്ദ്രിയങ്ങളിലിഴഞ്ഞ് ഭഗോഷ്ഠങ്ങളേയും കാമാതപാത്രത്തേയും കൊത്തി. അവളെ തൊട്ട കീടങ്ങളെല്ലാം സർപ്പിളമായി പുളഞ്ഞുചുരുണ്ടു നിലത്തുവീണ് മൃതി യടഞ്ഞു.

വൈദ്യന്റെ മുഖം വിജയഹാസമണിഞ്ഞു.

“മകളേ നീ നിദ്രയിൽനിന്നുണരുക”

ചിത്രലേഖ ദീർഘനിദ്രയിൽനിന്നും കാളിമപൂണ്ട പ്രഭാതത്തിലേ ക്കുണർന്നു.

അവൾ സ്വന്തം ശരീരത്തിലേക്ക് മിഴി നീട്ടി.

അവൾ പൂർവാധികം സുന്ദരിയായിരിക്കുന്നു. വാൽക്കണ്ണാടിയിൽ അവളുടെ മുഖം കത്തിജ്വലിക്കുന്നു!

മിഴികളിൽ അഗ്നിശരങ്ങൾ. കപോലയുഗ്മങ്ങളിൽ മാന്തളിർചോപ്പ്!

അധരം ചെമ്പവിഴമായ് തുടുത്തിരിക്കുന്നു!

കുടിലിന്റെ വാതിൽ തുറക്കവേ പുറത്തുനിന്ന മാതംഗിയും കനകയും അവളിലേക്കടുത്തു. ചിത്രലേഖ പിന്നോട്ടുപാഞ്ഞു. ഭീതിയിൽ മുഖം വക്രിച്ചു.

"എന്നെ തൊടരുതമ്മേ... എന്നെ പുണരല്ലേ കനകേ... ഞാൻ വിഷകന്യകയായ് തീർന്നതറിയില്ലേ? എന്റെ നഖം കോറിയാൽ എന്റെ ദന്തക്ഷതമേറ്റാൽ... ഇല്ല എനിക്കളുഹിക്കാൻ കഴിയുന്നില്ല... ഹാ..ദൈവമേ ഞാനിപ്പോൾ അംഗരാജന്റെ ഒരു യുദ്ധക്കരു മാത്രം... ശത്രുനാശത്തിനായ് സൃഷ്ടിക്കപ്പെട്ട വിഷക്കരു..."

വൈദ്യൻ അവളെ തലോടി:

"മകളേ നീ ആവശ്യത്തിലധികം ഭീദിതയാവുന്നു. നിനക്ക് നിന്റെ ബന്ധുജനങ്ങളെ പുണരാം... നിന്റെ ദന്തം അവരുടെ തൊലിപൊട്ടിക്കാതെയും നിന്റെ വിയർപ്പ് അവരുടെ രോമകൂപങ്ങളിലിറങ്ങാതെയും ശ്രദ്ധിക്കൂ..."

ചിത്രലേഖ പുഞ്ചിരിച്ചു.

"വിലക്കുകളില്ലാത്ത ആലിംഗനം ഒരു സ്വപ്നമായി അല്ലേ? ഞാനെന്റെ അമ്മയെ പ്രാണതുല്യം സ്നേഹിക്കുന്നു. എന്റെ തോഴി എന്നും എന്റെ ഏകാന്തതയകറ്റിയവൾ... ഇനിമുതൽ ഞങ്ങളുടെ സ്നേഹപരിലാളനകൾക്കിടയിൽ ഒരു മുഴം അകലം എന്നും കാത്തുസൂക്ഷിക്കണമല്ലോ..."

അവൾ വിതുമ്പലോടെ കുടിലിന്റെ മുളങ്കാൽ കെട്ടിപ്പിടിച്ചുകരഞ്ഞു. മാതംഗി മകളെയോർത്ത് അസ്തപ്രജ്ഞയായി.

പുറത്ത് സേനാപതിയുടെ വാൾതല തിളങ്ങി. അമാലവൃന്ദം പല്ലക്കു ചുമക്കാൻ സജ്ജരായി.

സേനാപതി കല്പനയായി:

"വിഷകന്യകയായ ചിത്രലേഖയെ രാജാവിന്റെ രഹസ്യഅറയിലെത്തിക്കൂ..."

ഏഴ്

രഹസ്യ അറയിലേക്കാനയിക്കപ്പെട്ട ചിത്രലേഖ പന്തവിളക്കിന്റെ സ്വർണവെട്ടത്തിൽ വർണദേവതയായ് ജ്വലിച്ചു.

അംഗൻ ചിത്രലേഖക്കരികിലെത്തി:

"തീർച്ചയായും ദിലീപൻ എന്റെ സ്വസ്ഥത കെടുത്തിയിരുന്നില്ലെങ്കിൽ നീയെന്റെ അന്തപ്പുരത്തിൽ അഗ്രിമയായ് മാറിയേനെ... എന്നാൽ നിന്റെ ദൗത്യം അതിനേക്കാൾ മഹത്തരമാണെന്ന് നിനക്കഭിമാനിക്കാം... ചിത്രലേഖേ നീ അംഗസാമ്രാജ്യത്തിന്റെ മാനം കാക്കും."

ചിത്രലേഖ മൗനപ്പുറ്റണിയവേ, അംഗൻ സേനാപതിയെ നോക്കി.

"ങ്ും... ഇവളുടെ വിഷശക്തിയറിയാനുള്ള പരീക്ഷണം ഉടനെ നടക്കട്ടെ... നമ്മുടെ ചാവ്വദ്വീപിൽ തള്ളാൻ വെച്ച ഒരടിമയെ കൊണ്ടുവരൂ..."

നിമിഷങ്ങൾക്കകം പടയാളിക്കുമുന്നിലായി അധ്വാനശക്തി നശിച്ചുതുടങ്ങിയ വൃദ്ധൻ വേച്ചുവേച്ചുവന്നു.

സേനാപതി അടിമയെ ചിത്രലേഖയുടെ മുന്നിലേക്കു നീക്കി. അടിമ കാൽമുട്ടുകൾ വിറപ്പിച്ച് കൈകൾ കൂപ്പി. അംഗരാജൻ അടിമവൃദ്ധനെ ആകെയുഴിഞ്ഞു:

"വൃദ്ധഭൃത്യാ... അധൈര്യം വേണ്ട... ദേശരക്ഷയ്ക്കുവേണ്ടിയാണ് താനീ പരീക്ഷണത്തിനിരയാവുന്നത്"

ചിത്രലേഖ ശങ്കയാൽ മുഖമുയർത്തി.

"ചിത്രലേഖേ... ദിലീപന്റെ ശാരീരികമായ പതനം എനിക്ക് ബോധ്യപ്പെടേണ്ടതുണ്ട്. നീയീ വൃദ്ധനുമായി സഹശയനം നടത്തുക. ഇയാൾ മരിച്ചുവീഴുന്നത് ഞാൻ കാണട്ടെ."

ഒരു വാൾവെട്ടുകൊണ്ട മട്ടിൽ ചിത്രലേഖയൊന്നു പിടഞ്ഞു. സിരകളിൽ വിഷരക്തം തിളച്ചു.

-ദൈവമേ അധമജലം നിറഞ്ഞ ഈ പരീക്ഷാനദി എന്നാണ് വറ്റുക?

അവൾ അംഗനെ നോക്കി.

"രാജാധിരാജൻ... ഈ കഠിനപരീക്ഷണത്തിന് പകരമായി ഇപ്പോൾതന്നെ എന്റെയീ ജീവനെടുത്തുകൊള്ളൂ... ഈ അടിമവൃദ്ധന്റെ വിറയ്ക്കുന്ന മുഖത്ത് ഞാനെന്റെ അച്ഛനെ കാണുന്നു."

കൊട്ടാരംപണ്ഡിതൻ ശിരസുയർത്തി അംഗനെ വിലക്കി:

"അംഗൻ വളരെ അക്ഷമനാകുന്നു... സ്ത്രീകളോടുള്ള സമീപനത്തിൽ അങ്ങ് കുറേക്കൂടി കാരുണ്യവാനാകേണ്ടതാണ്... എവിടെ സ്ത്രീകൾ പൂജിക്കപ്പെടുന്നുവോ അവിടെ ദേവത സന്തോഷിക്കുന്നു... എവിടെ അവർ പൂജിക്കപ്പെടുന്നില്ലയോ അവിടെയുള്ള പ്രവൃത്തികൾ നിഷ്ഫലങ്ങളാണ് ഈ സ്മൃതിവചനങ്ങൾ അങ്ങ് മറന്നിരിക്കുന്നു. വിഷകന്യകയിലേക്കുള്ള മാറ്റത്താൽതന്നെ ഇവൾ മാനസികമായി തളർന്നിരിക്കുകയാണ്. ഈയവസ്ഥയിൽ പരസ്യമായൊരു വേഴ്ച ഇവൾക്ക് അപമാനകരമാവും..."

അംഗൻ മതിമറന്ന് പൊട്ടിച്ചിരിക്കയായി:

"എന്തൊരു വൈരുദ്ധ്യോക്തിയാണ് അങ്ങിൽ നിന്നുതിരുന്നത്?... ഈയൊരു ചാരകർമ്മത്തിന് നിയുക്തയായിരുന്നില്ലെങ്കിൽ ഇവൾ പോയമാസം മുതൽക്കേ ദേവദാസിത്തെരുവിലെ യെല്ലമ്മ ക്ഷേത്രത്തിൽ അന്തേവാസിനി... നൃത്തഗാനാലാപനത്താൽ സന്ദർശകരെ വശീകരിക്കേണ്ടവൾ... കാമാർത്തികളുടെ വിരലുകൾക്ക് ഒരു തരള വീണയായ് കീഴ്പ്പെടേണ്ടവൾ... ഒടുവിലോ... യൗവനോർജ്ജവും ഓജസും നശിച്ച് തൊണ്ടായി ക്ഷേത്രത്തിന്റെ പിന്നാമ്പുറങ്ങളിൽ ഭിക്ഷാപാത്രം നീട്ടി ജന്മമൊടുക്കുന്ന കുലമര്യാദയുടെ ബലിമൃഗം... നാമിവളെ കണ്ടെത്തിയില്ലായിരുന്നെങ്കിൽ ഈയൊരു മാസം കൊണ്ട് എന്റെ വൃദ്ധനായ അടിമയേക്കാൾ കഷ്ടശരീരികളായ നൂറു കണക്കിന് വഴിപോക്കർ ഇവളുടെ നൃത്തശാലയിൽ സഹശയനം നടത്തിക്കഴിഞ്ഞിരിക്കും. ഹഹ... പണ്ഡിതരേ താങ്കളാണിപ്പോൾ

വേശ്യയുടെ ചാരിത്ര്യപ്രസംഗം നടത്തിക്കൊണ്ടിരിക്കുന്നത്... എന്റെ പരമമായ ക്രോധത്തിന് താങ്കൾ ഇരയാവാതെ നോക്കിയാലും..."

പണ്ഡിതൻ കൈകൂപ്പി:

"മാപ്പാക്കിയാലും... അങ്ങയുടെ ന്യായവാദങ്ങൾ ഏതു പണ്ഡിതനേയും മുട്ടുകുത്തിക്കും... എന്നാൽ ചിത്രലേഖയുടെ ദന്തക്ഷതംപോലും മൃത്യുകാരണമാവുമെന്നാണ് ചികിത്സകൻ പറഞ്ഞിട്ടുള്ളത്. അങ്ങനെയല്ലാത്തപക്ഷംമാത്രം സഹശയനമുൾപ്പെടെ ഏത് പരീക്ഷണവും അങ്ങേക്കു നടത്താമല്ലോ."

പണ്ഡിതൻ മിഴിചിമ്മി മൗനത്തിലാണ്ടു. അംഗൻ ശിരസിളക്കി:

"എന്റെ പിതാവ് അങ്ങയുടെ ഉചിതോപദേശങ്ങളാൽ ധാരാളം യുദ്ധവിജയങ്ങൾ നേടിയ കഥ നമുക്കറിയാം. അങ്ങയുടെ ഉപദേശം വെടിഞ്ഞുള്ള ദൗത്യങ്ങൾ ഞാൻ ഏറ്റെടുക്കുന്നില്ല. അങ്ങ് പറഞ്ഞപോലെ ചിത്രലേഖേ നീയി വൃദ്ധനായ അടിമയുടെ കൈകളിൽ നിന്റെ ദന്തങ്ങളിറക്കുക... ഇയാൾ മരിച്ചുവീഴാത്തപക്ഷം ദിലീപനു മുൻപേതന്നെ നീയുമായുള്ള സഹശയനത്തിന് പാവം ഈ അടിമ വിധിക്കപ്പെട്ടിരിക്കുന്നു."

അടിമയുടെ ദൈന്യവദനം ചിത്രലേഖയെ പരീക്ഷണശാലയിലേക്കെറിഞ്ഞു. ചിന്തയിൽ ആത്മസംഘർഷത്തിന്റെ ലാവകൾ തിളച്ചു.

എന്തൊരു കഷ്ടം!

അംഗരാജാവിന്റെ കൽപന ശിരസാവഹിക്കാൻ ഈ ശരീരം സജ്ജമായിരിക്കുന്നു. ഈ അംഗരാജാവാകട്ടെ കുരുവംശാധിപനായ ദിലീപനാവട്ടെ തന്റെയീയധരത്തെ നുകർന്നാലും കരചരണങ്ങൾ വെട്ടിയാലും മാറിടം പിളർത്തി രക്തപാനം നടത്തിയാലും ഈ ദേഹം കാക്കക്കും കഴുകനുമെറിഞ്ഞാലും തനിക്കൊന്നുമില്ല. പക്ഷേ എന്തിനാണീ ദേഹത്തിനുള്ളിൽ ഒരു മനസ്സിനെ സൃഷ്ടിച്ചത്? വിചാരവികാരങ്ങളിലും ആശാപാശചിന്തകളിലും വേവുന്ന ഒരു സ്ത്രീമനസ്സിനെ സൃഷ്ടിച്ചത്?

ദൈവമേ, ദേഹം വെടിഞ്ഞെനിക്കാ കാട്ടിലേക്കു പായാൻ കഴിഞ്ഞെങ്കിൽ? ചന്ദനഗന്ധമാർന്ന പൂമരങ്ങൾക്കും കായ്കനികൾക്കും കീഴിലൂടെ, പളുങ്കുചോലകൾക്കരികിലൂടെ കലമാനായി പറക്കാൻ കഴിഞ്ഞെങ്കിൽ...!

ഒരു വൃത്തത്തിൽ കുരുകി വൃത്തംതന്നെയായി മാറിയ മാനിന്റെ വ്യഥാമോഹം! നിസ്സഹായതയുടെ, അരക്ഷയുടെ അഗ്നിയിൽ

വെന്തുവെന്ത് ഒടുവിൽ സ്വയംബോധമുണർന്ന് അവളിതാ യുക്തിയുടെ കരുക്കൾകൊണ്ട് രക്ഷാകവചം നെയ്യുന്നു.

ചിത്രലേഖ മനസ്സിലോർത്തു:

ഈ വൃദ്ധനെ കടിച്ചാലും ഇദ്ദേഹം മരിക്കാത്തപക്ഷം സഹശയനത്തിലൂടെ മൃതിയടയുമെന്ന് തീർച്ച. എങ്ങിനെയായാലും പിതൃതുല്യനായ ഒരു മനുഷ്യന്റെ, നിസ്സഹായനായ പ്രജയുടെ വിയോഗം സംഭവിച്ചേ ഒക്കൂ. മരണം മാത്രം പ്രതിഫലമാവുന്ന ഈ കന്യകാത്വത്തിൽ ഞാൻ എന്തിനഭിമാനിക്കണം? ഈ അടിമ തന്റെ കാണാമറയത്തിരിക്കുന്ന ശത്രുവിന്റെ പ്രതിരൂപം മാത്രം. ശത്രു നിജമായാലും വ്യാജമായാലും അവന്റെ നാശം മാത്രമാണ് തന്റെ ദൗത്യം. അവന്റെ നാശം തന്റെ കന്യകാത്വത്തിനുള്ള പ്രതിഫലമാവില്ല.

തന്റെ ദേശസേവാസന്നദ്ധതയുടെ അംഗീകാരമുദ്ര മാത്രം!

"ഉം അമാന്തിക്കുന്നതെന്ത്? ഈ അടിമയുടെ കൈത്തണ്ടയിൽ നിന്റെ വിഷദന്തങ്ങളമർത്തൂ..."

സേനാപതിയുടെ സ്വരം കർക്കശമായി.

ചിത്രലേഖ വൃദ്ധനുമുന്നിൽ കുനിഞ്ഞിരുന്ന് അയാളുടെ സിരകൾ ദുർബലമായി വിറയ്ക്കുന്ന വലതുകണങ്കയ്യിൽ പതിയെ ചുണ്ടുകളടുപ്പിച്ചു. വിഷലിപ്തമായ മുൻപല്ലുകൾ അവൾ പതിയെ താഴ്ത്തി. ചോരയുടെ കലിപ്പ് അവളുടെ രസനയെ വലയം ചെയ്തു.

അവൾ മിഴികൾ ഇറുക്കിയടച്ചു.

വൃദ്ധൻ ഒരു നിലവിളിയോടെ കൈ ആഞ്ഞുവലിച്ചു. രോഷത്തോടെ സേനാപതി വാൾ ഉറയിൽനിന്നൂരിയെങ്കിലും വേണ്ടിവന്നില്ല. എല്ലുകളുന്തി നരബാധിച്ച നെഞ്ച് പൊത്തിപ്പിടിച്ച് അടിമ നിലത്തുകിടന്നിഴഞ്ഞു. കണ്ണുകൾ തുറിച്ചു. അധരമൂലകളിൽ നീലിച്ച പത നുരഞ്ഞു. അടിമ പിടഞ്ഞുപിടഞ്ഞ് നിശ്ചലനാകവെ അംഗന്റെ ചിരി പതഞ്ഞുയർന്നു.

സേനാപതി നിശ്വസിച്ചു.

പണ്ഡിതൻ ശിരസ് താഴ്ത്തി.

ചിത്രലേഖയും തോഴി കനകയും മേളക്കാരായി വേഷംമാറിയ ഗൂഢപുരുഷൻമാരും ദിലീപന്റെ രാജ്യത്തേക്ക് യാത്രയായി.

എട്ട്

അതിർത്തിയിലെ കാവൽകോട്ടയിൽ അന്തപാലൻമാർ അവരെ വഴി തടഞ്ഞു. മുഖവിരി മാറ്റിയ ചിത്രലേഖയുടെ നിസ്സ്തുലഭംഗിയിലൊന്നു പതറി സമനില വീണ്ടെടുത്ത് അവരെ വിസ്തരിച്ചു.

കാവൽക്കാർ പറഞ്ഞു.

"നാട്യനടനസംഗീതകലകൾ മഹാരാജാവിന് പ്രിയംതന്നെ... എന്നാൽ ജനങ്ങൾക്ക് കർമ്മവിഘ്നം നടത്തുന്ന കലാസംഘത്തെ അദ്ദേഹം സ്വീകരിക്കുകയില്ല."

അനുചരൻമാർ കൈകൾകൂപ്പി.

"കലാചതുരനായ രാജാവിന് മുന്നിൽ കലാപ്രകടനങ്ങൾ നടത്തുക മാത്രമേ ഞങ്ങൾക്ക് ലക്ഷ്യമുള്ളൂ..."

കാവൽക്കാർ വാളുകൾ മാറ്റി. സംഘം ദിലീപന്റെ അധികാരഭ്രുവിലേക്ക് കടന്നു. ചന്ദനമരങ്ങളും കുങ്കുമവും വരിയിട്ട നടവഴികൾ താണ്ടവേ ഭീതിയകറ്റുന്ന സ്വാതന്ത്ര്യത്തിന്റെ കാറ്റുവീശുകയായി. ചുമട്ടുതാങ്ങികൾക്കരികിലും തണ്ണീർപന്തലുകളിലും കൂട്ടംകൂടിയ പ്രജകൾ ഏറെ നിർഭയരായി കണ്ടു. സംഗ്രഹണവീഥികളും ദ്രോണമുഖങ്ങളും സ്ഥാനീയവും പിന്നിട്ട് ചിത്രലേഖയും സംഘവും രാജമുഖമാർഗം ലക്ഷ്യമാക്കി നീങ്ങി. യജ്ഞസ്ഥാനവും തീർത്ഥസ്ഥാനവും പിന്നിട്ട് മഹാവനങ്ങളും ഹസ്തിശിലകളും യോദ്ധാഗാരങ്ങളും കടന്ന് ശിൽപകർമ്മശാലകൾക്കും ആയുധാഗാരങ്ങൾക്കുമപ്പുറം ഹസ്ത്യശ്വരഥാദികൾ വരിയിട്ടുനിൽക്കുന്ന കോട്ടയ്ക്കുമുന്നിൽ അവരെത്തി.

രാജമുഖമാർഗത്തിലും അന്തപാലകർ വാളുമേന്തി നിന്നിരുന്നു.

എന്നാൽ ഭടൻമാർ ക്രോധത്തിൽ ദൃഷ്ടികളുരുട്ടുകയോ പടവാളുയർത്തി ഗർജ്ജിക്കുകയോ ചെയ്യുന്നില്ല. അവരുടെ അധരങ്ങളെല്ലാംതന്നെ ശാന്തതയുടെ മൃദുമന്ദഹാസമലരുകൾ ചൂടിയതായി ചിത്രലേഖ കണ്ടു.

ദിലീപന്റെ അതിർത്തി തുടങ്ങിയശേഷം എവിടെയും അപസ്വരമോ ദീനരോദനങ്ങളോ കേൾക്കുന്നില്ലല്ലോ? പ്രജകളുടെ വദനങ്ങളിലെ ഈ നിർഭയത്വം അകൃത്രിമവും ആദരം നേടുന്നതുമായിരുന്നു.

ഈ പ്രജകളുടെ തമ്പുരാൻ അംഗന്റെ ശത്രുവായ് ചമഞ്ഞതെന്ത്?

കാവൽക്കാർ പറഞ്ഞു:

"ദിലീപമഹാരാജാവിൽനിന്നും വല്ല ആജ്ഞാലേഖവും ലഭിച്ചിട്ടുണ്ടെങ്കിൽ ആയത് കാണിക്കുക ഇല്ലായെങ്കിൽ ആഗമനോദ്ദേശം അദ്ദേഹത്തെ അറിയിക്കാം..."

സഖി കനക പറഞ്ഞു.

"അംഗന്റെ രാജ്യത്തുനിന്നും ഓടിപ്പോന്ന ഒരു നർത്തകകുടുംബമാണ് ഞങ്ങൾ... മഹാരാജാവിന്റെ നൃത്തസഭയിൽ ചിത്രലേഖയുടെ നൃത്തവും പാട്ടും അവതരിപ്പിച്ച് പ്രീതി നേടണമെന്ന് ഞങ്ങൾ ആഗ്രഹിക്കുന്നു."

ഭടൻ അകത്തുപോയി ക്ഷണം മടങ്ങിവന്നു.

"മഹാരാജാവ് സഭകൂടാത്ത ദിവസമായതിനാൽ നിങ്ങൾക്ക് ഹൃദ്യമായ സ്വാഗതം പറഞ്ഞിരിക്കുന്നു. വരൂ..."

ചിത്രലേഖ മുഖവിരി താഴ്ത്തി. കനകയും സംഘവും അവളെ അനുഗമിച്ചു. എന്നാൽ കൊട്ടാരക്കെട്ടിലെ പുൽമൈതാനിയിലേക്ക് ചിത്രലേഖ പാദങ്ങൾ വെച്ചതും പക്ഷികളുടെ ചിറകടിയും ദൈന്യമാർന്ന ശബ്ദങ്ങളുമുയർന്നു. അവൾപോലും ഞെട്ടി ഒരടി പിറകോട്ടുവെച്ചുപോയി. കാരണം മോഹനഗൃഹത്തിന്റെ പൂവാടികളിൽ അലസം നടന്ന ശാരികയും ഭൃംഗരാജനും ഉച്ചത്തിൽ ചിലച്ചു. അന്നിൽപക്ഷികൾ മദിച്ചുതുള്ളി. ചെമ്പോത്തുകൾ തളർച്ചയോടെ നിലത്തുവീണു. ഒരു മത്തകോകിലം മരണവെപ്രാളത്തിൽ വട്ടം കറങ്ങി. ചകോരങ്ങളുടെ ചകിതമിഴികൾ പെട്ടെന്ന് വിരാഗമായി. വളരെ ശാന്തമായി മേഞ്ഞുനടന്ന ജീവികളുടെ ഭീദിതചലനങ്ങൾ വഴികാട്ടിയ ഭടനെപ്പോലും അന്ധാളിപ്പിച്ചു. അയാൾ കൗതുകപ്പെട്ടു:

"ഏറെ നർത്തകരും വാദ്യവൃന്ദവും മഹാരാജാവിന്റെ രാജസദസ്സിലേക്ക് ഇതുവഴി പോയിട്ടുണ്ടെങ്കിലും ഇതസാധാരണം തന്നെ."

ചിത്രലേഖയുടെ നെഞ്ച് ദ്രുതതാളമണിഞ്ഞു.

തന്റെ ശരീരവും മനസ്സും പൂഴ്ത്തിവെക്കുന്ന ക്രൂരലക്ഷ്യങ്ങൾ ഈ ആരാമപക്ഷികൾപോലും പിടിച്ചെടുക്കുകയാണോ?

അവളുടെ കാലുകൾ വേച്ചുതുടങ്ങി.

ഈ കാലുകൾ വിറച്ചാലെങ്ങിനെ? അതിചടുലമായ നൃത്യഅടവുകളും വശ്യമാധുരിയും ആദ്യമായി പ്രകടിപ്പിച്ച് ദിലീപനെ വീഴ്ത്താത്തപക്ഷം അംഗന്റെ വാൾമുനത്തുമ്പിൽ കോർക്കപ്പെടുക താൻ മാത്രമല്ലല്ലോ! അമ്മ, ജ്യേഷ്ഠസഹോദരിമാർ...! എട്ടുതലമുറ സംരക്ഷിക്കുമെന്ന ശാസന പതിനാറുതലമുറകൾ ലോകംകാണാതെ പോവുന്ന സംഹാരശാസന തന്നെയായി മാറും!

ചിത്രലേഖ മനഃസാന്നിധ്യം വീണ്ടെടുത്തു.

അവളും സംഘവും ദിലീപന്റെ മുന്നിലേക്കാനയിക്കപ്പെട്ടു.

ഗ്രഹണകാളിമയുടെ ഉറയൂരിവരുന്ന ചന്ദ്രൻ പൊഴിക്കുന്ന നറുനിലാവുപോലെ രാജാവിന്റെ മൃദുഹാസത്തിന്റെ ഒളി അവളെ ചൂഴ്ന്നു. ഒരു കാന്തരശ്മി അവളുടെ പ്രജ്ഞയിലേക്കടിച്ചുകയറി. പുരുഷകാന്തിയുടെ പൊന്നോളങ്ങൾ അനവരതം ഉലയുന്ന ഒരു നദിയിൽപ്പെട്ട നൗകയായി ചിത്രലേഖ. രണ്ടാമതൊന്ന് നോക്കാൻ കഴിയാതെ അവൾ മിഴികൾ താഴ്ത്തി. അവളുടെ കപോലങ്ങൾ വിയർപ്പണിഞ്ഞു. സ്വേദമണികൾ അവളുടെ രുധിരചാന്തും സുറുമത്തിളക്കവും മായ്ച്ചു.

സിംഹാസനത്തിൽ ഒരു ക്ഷണം നിവർന്നിരുന്ന് പിന്നാക്കം ചാഞ്ഞ ദിലീപന്റെ ശക്തവും ശാന്തവുമായ സ്വരം സംഗീതമായി അവളെ തഴുകി.

"ഈ കുരുപുത്രനായ ദിലീപനിൽനിന്നും ഭവതി എന്താണാഗ്രഹിക്കുന്നത്?"

ചിത്രലേഖക്കു മുന്നിലേക്കുനീങ്ങി കനക കൈക്കൂപ്പി:

"രാജാവേ അംഗരാജ്യത്തെ ദേവദാസിത്തെരുവിലെ മാതംഗിയുടെ പുത്രിയായ ചിത്രലേഖയാണിവൾ."

ദിലീപൻ ശിരസിളക്കി.

"മാതംഗിയുടെ നടനകേളി ഈ രാജ്യത്തും പ്രസിദ്ധമാണല്ലോ... സുന്ദരിയായ മാതംഗിക്കുമാത്രമേ അതിസുന്ദരിയായ ചിത്രലേഖ പിറക്കുകയുള്ളൂ..."

ചിത്രലേഖ ഞെട്ടി. അവളുടെ മനസ്സിൽ ഒരു പുള്ളിമാൻ പിടഞ്ഞു.

ഈ ശരീരത്തിലോടുന്ന സർവ വിഷസിരകൾക്കുമപ്പുറം

കളങ്കമേശാത്ത ഒരു ലോലതന്തു എവിടെയോ പതുങ്ങിനിൽപ്പുണ്ട ല്ലോ ദൈവമേ?

അങ്ങ് നേരെ ആ സിരാമർമ്മത്തിൽ വിരലാഴ്ത്തുന്നവല്ലോ?

യഥാർത്ഥത്തിൽ ഞാനാര്?

വിഷക്കുടമോ ആ ലോലതന്തുക്കളുടെ കേദാരമോ?

കനക തുടർന്നു:

"മഹാരാജാവേ... അംഗരാജാവിന്റെ രാജ്യത്ത് ഇവളുടെ നടന വൈഭവത്തിന് അർഹമായ ബഹുമതിയും ആനുകൂല്യവും ലഭിക്കുന്നി ല്ല. രാജനൃത്തമേടയല്ലാതെ പുറത്തെ നാട്യഗൃഹങ്ങൾ ഇവൾക്ക് വില ക്കപ്പെട്ടിരിക്കുന്നു. കാരണം കലാകാരൻമാർ പ്രജകളെ അലസരാക്കു കയും രാജ്യത്തിന്റെ സമ്പത്തിനെ ശോഷിപ്പിക്കുകയും ചെയ്യുമെന്ന് അദ്ദേഹം വിശ്വസിക്കുന്നു. ഇവളുടെ നൃത്തവും പാട്ടും ആസ്വദിക്കാൻ അങ്ങ് ദയവു കാണിക്കണം."

ചിത്രലേഖയുടെ മനസ്സ് ആർത്തു:

ഇവൾ... ഇവൾ കള്ളം പറയുന്ന രാജൻ!

എന്റെ മിഴികളിലേക്കു നോക്കൂ.

എന്റെ വിജൃംഭിച്ച ചുണ്ടിണകളിലേക്കു നോക്കൂ.

അങ്ങ് കാണുന്നില്ലേ?

കൊടുംസർപ്പവിഷത്തിന്റെ ഉഗ്രകാളിമ?

വിഷകന്യകയാണ് ഞാൻ. വിഷക്കുടമായ ചാരകന്യയാണ് ഞാൻ!

ഞാൻ അംഗനെന്ന രാജാവിന്റെ അധികാരസാക്ഷാത്ക്കാരത്തി നായി മറുപിറവിയെടുത്ത വിഷക്കരു!

അങ്ങ് അംഗന്റെ ശത്രുവാകുന്നു. അതിനാൽ എന്റെ ശത്രുവും!

ഞാൻ അങ്ങയെ വശീകരിക്കും. അങ്ങ് എന്നെ പ്രാപിക്കുന്ന തുവരെ ഞാൻ കപടപ്രേമത്തിന്റെ വശ്യലേപനങ്ങൾ അങ്ങയിൽ പുരട്ടും. നടനതാളത്താൽ അങ്ങയെ ഞാനടിമയാക്കും. ഇനിയെന്റെ വക്ഷോജങ്ങൾ എന്റെ കുഞ്ഞിനല്ല. അങ്ങേക്കുള്ള സ്തന്യപാത്രങ്ങൾ! താടകയുടെ ക്ഷീരനാളികൾ!

ഇത് പാനം ചെയ്ത്, ഈയധരത്തെ മുത്തി, പിന്നെയൊരു സംയോഗമൂർച്ഛയുടെ പടവുകൾക്കിപ്പുറം അങ്ങീ മാർത്തടത്തിൽ മൃതിയടഞ്ഞുവീഴും വരെ ഞാൻ അങ്ങയെ പ്രേമിച്ചുകൊണ്ടിരിക്കും!

“ഭവതി ഇത്രയും മൗനിയായതെന്ത്?”

ചിത്രലേഖ ഞെട്ടിയുണർന്നു.

ദിലീപമഹാരാജാവിന്റെ പുഞ്ചിരി തത്തുന്ന മുഖം!

ഇല്ല.

അംഗന്റെ ദൗത്യം ഒരിക്കലും എനിക്കു പറയാൻ കഴിയില്ല. ഈ കപടനാടകം അഭിനയിച്ചേ ഒക്കൂ!

“ചിത്രലേഖ ഇന്നുമുഴുവൻ വിശ്രമിക്കൂ... ഞാൻ കലാവിരുദ്ധനല്ല... നാളെ വൈകിട്ട് ചിത്രലേഖയുടെ നൃത്തം ഇതേ രാജാങ്കണത്തിലെ നൃത്തമണ്ഡപത്തിൽ അരങ്ങേറട്ടെ...”

അവൾ ശിരസ്സുനമിച്ചു.

ചിത്രലേഖയും സംഘവും വിശ്രമകേന്ദ്രത്തിലേക്ക് ആനയിക്കപ്പെട്ടു.

കട്ടിലിലമർന്ന ചിത്രലേഖയുടെ കവിളിൽ കണ്ണീരിന്റെ ചാലുകൾ! അത് കപോലങ്ങൾവെടിഞ്ഞ് കനകയുടെ വസ്ത്രത്തിലേക്കിറ്റി.

“ഈ കാപട്യം എത്രനാൾ തുടരേണ്ടിവരും കനകേ?”

കനക മൗനിയായി.

“എന്റെ ദൗത്യം വിജയിക്കുന്നപക്ഷം ദിലീപന്റെ സേനാപതിയുടെ വാൾ എന്റെ ശിരസറുക്കുംവരെ അല്ലേ?”

തോഴിയും അതംഗീകരിക്കുന്നു.

ചിത്രലേഖ മുഖം കൈകളിൽ താങ്ങി.

ദിലീപരാജാവിന്റെ യുദ്ധതന്ത്രങ്ങളും ഗുഢമാർഗങ്ങളും സൈനികബലവും അംഗനെ അറിയിച്ച് ദിലീപന്റെ ജീവനെടുക്കുന്നതോടെ ഒരു ഭടന്റെ വാൾമുന തന്നിലേക്കിറങ്ങാം. അതിനുമുൻപേ അംഗൻ ഈ കൊട്ടാരത്തിലെത്തി തന്നെ രക്ഷിച്ചാൽതന്നെയും തനിക്കെവിടെ മോക്ഷം? വിഷകന്യകയായി തീർന്ന തനിക്കിനി മർത്ത്യജന്മത്തിലേക്ക് തിരിച്ചുപോക്കില്ലല്ലോ?

അതെ, ആയിരം ജന്മം കാട്ടിൽ കിടന്നാലും ഇനിയില്ല ശ്രീരാമപാദം. കണ്ണൻ വിഷമുലകൾ കുടിച്ചുവറ്റിച്ചാലും ഇല്ല പൂതനാമോക്ഷം!

ചിത്രലേഖ കനകയെ കെട്ടിപ്പിടിച്ചു:

“കനകേ സ്ത്രീയായി ജനിച്ചുവെന്നല്ലാതെ ഞാൻ... ഞാനൊരു തെറ്റും ആരോടും ചെയ്തിട്ടില്ല... ആരോടും.”

“ചിത്രലേഖ... മുജ്ജന്മത്തിൽ നാം ധാരാളം തെറ്റുകൾ ചെയ്തുവെന്നുറപ്പിക്കുക... .”

ചിത്രലേഖയുടെ കണ്ണീർ വറ്റുന്നു.

“അതെ മുൻജന്മകർമഫലം... പിന്നെ എട്ടുതലമുറകൾക്കുള്ള അംഗന്റെ ഭിക്ഷയിൽ ആശ്വാസം കൊള്ളുക... അതിനായി ഞാൻ ദിലീപനെ വശീകരിക്കും... അദ്ദേഹവുമായി സംഗമിക്കും... അദ്ദേഹത്തെ കൊല്ലും.”

അവളുടെ മിഴികൾ നാഗമാണിക്യമായി.

നൃത്തമേടയ്ക്കുമുന്നിൽ രാജാവും അനുചരരും സന്നിഹിതരായി. തന്റെ കുലനൃത്തമായ ദാസിയാട്ടമാണവൾ ആദ്യമാടിയത്. വെള്ളക്കസവുഞൊറിയുള്ള പുടവചുറ്റി മുടി ചെരിച്ച്പൊക്കിക്കെട്ടി മുല്ലപ്പൂചൂടി മോഹിനിയായി. തിത്തിയിലും മദ്ദളത്തിലും ഇടയ്ക്കയിലും വാദ്യക്കാരുടെ കൈകൾ തെള്ളി. ആന്ദോളനരൂപമാർന്ന അടവുകളിലൂടെ പാദസ്ഥാനകഹസ്തമുദ്രകളിലൂടെ അവൾ രാജസർപ്പമായി പുളഞ്ഞു. സർപരസനകളായി ഭാവഹാവാദികൾ പുറത്തേക്കു ചാടി. ഇമകൾ ഫണാഗ്രമായി ചുരുങ്ങിനിവർന്നു. പിന്നെ വേഷംമാറി. പട്ടുചേലചുറ്റി വർണാഭരണങ്ങളണിഞ്ഞ് ആഹാര്യാംഗികസാത്വികപ്രധാനമായ ഭരതനാട്യത്തിന്റെ അലാരിപ്പിലേക്കിറങ്ങി. മംഗളാചരണരൂപമാർന്ന

കൗതുകത്തിൽ തുടങ്ങി ജതിസ്വരവും പദവർണവും ജാവളയും തിളങ്ങുന്ന ശിൽപങ്ങളിലൂടെ ദ്രുതചലനമാർന്ന തില്ലാനയിലസ്തമിച്ച് ഒരു താമരപ്പൂവുപോലെ കൂമ്പി ദിലീപരാജാവിന് മുന്നിൽ കിതച്ചുനിന്നു.

നടനകേളി തീർന്നതും ദിലീപൻ സിംഹാസനത്തിൽനിന്നിറങ്ങി. സ്വേദമണികൾ കനകമണികളായി തിളങ്ങുന്ന ചിത്രലേഖയുടെ മുഖം ഒരു നിമിഷം രാജാവ് മിഴികളിലെടുത്തു:

"അതിവശ്യമായ നാട്യം... അമ്മ മാതംഗിയുടെ ജന്മം സാക്ഷാത്ക്കരിക്കപ്പെട്ടിരിക്കുന്നു... അല്ലേ സേനാപതീ?"

ചിത്രലേഖ കൈകൾകൂപ്പി.

സേനാപതി തലകുലുക്കി:

"ഇവൾ അസാധാരണയായ സുന്ദരീമണിതന്നെ രാജൻ... ഇവൾ രാജാങ്കണത്തിൽ പ്രവേശിച്ചതും ശാരികയും ഭൃംഗരാജനും ഉച്ചത്തിൽ ചിലച്ചുവെന്നും അന്നിൽപക്ഷികൾ മദിച്ചുവെന്നും ചെമ്പോത്തുകൾ തളർച്ചയോടെ നിലത്തുവീണുവെന്നും കാവൽഭടൻമാർ പറയുന്നു. ഇവളുടെ സൗന്ദര്യത്തിൽ പക്ഷികൾപോലും ആകർഷിക്കപ്പെടുകയാണ്."

ദിലീപൻ പുഞ്ചിരിച്ചു:

"ഈ കണ്ണുകൾ അഗ്നിഗോളങ്ങളായി എനിക്കുതന്നെ തോന്നുന്നു... സുന്ദരിയായ ചിത്രലേഖേ നിനക്കെന്തു പാരിതോഷികം വേണമെന്നു പറയൂ."

ചിത്രലേഖ മൗനിയായി. കനക മുന്നിലേക്കുവന്ന് തൊഴുതു:

"രാജാവേ... ഇവൾ സംഗീതത്തിലും അതിനിപുണയാണ്... ജന്മസിദ്ധമായ ഈ കഴിവുകൾ അങ്ങയുടെ രാജ്യത്ത് പ്രകടിപ്പിച്ചുകൊണ്ട് കാലം കഴിക്കണമെന്ന ആശയോടെ അംഗരാജ്യം വിട്ടോടിപ്പോന്നവരാണ് ഞങ്ങൾ."

ദിലീപൻ സിംഹാസനമേറി.

"ഞാൻ മനസ്സിൽ ആഗ്രഹിച്ചതുതന്നെ നിങ്ങൾ വെളിവാക്കിയിരിക്കുന്നു... അതിസുന്ദരിയായ ചിത്രലേഖയെ രാജനർത്തകിയായി അവരോധിക്കാൻതന്നെയാണിപ്പോൾ നമ്മുടെ നിശ്ചയം. അംഗന്റെ കൊട്ടാരം,നർത്തകി സ്വമേധയാ എന്റെ നൃത്തമേട അലങ്കരിക്കുന്നതു തന്നെ എനിക്കഭിമാനകരം... അംഗന്റെ മിത്രരാജാക്കൻമാർ എന്നെ സന്ദർശിക്കുമ്പോൾ ഏറ്റവും മഹത്തായ കലാപ്രകടനങ്ങൾ നടത്തി ചിത്രലേഖ അവരെ അതിശയിപ്പിക്കട്ടെ... നിങ്ങളുടെ വാസഗൃഹം ഭടൻമാർ കാട്ടിത്തരും."

അവൾ കൈകൂപ്പി രാജാവിനരികിലെത്തി. അവളുടെ മുഖത്ത് പിടയ്ക്കുന്ന ഉത്കണ്ഠയുടെ പൊട്ടാത്ത നാരുകളിലേക്കു കണ്ണെറിഞ്ഞ് രാജാവ് പുഞ്ചിരിച്ചു.

"ഏകയായി വിളിപ്പിച്ചതെന്തിനെന്ന് ഭവതി ഉത്കണ്ഠപ്പെടുന്നു... ആദ്യം മനസ്സിനെ അയച്ചുപിടിക്കൂ... അങ്ങനെ ഈ മുഖം രാജമുഖത്തെ ഭയക്കാതെ അതിന്റെ സ്വതഃസിദ്ധമായ ഭംഗി ഉൾവിത്തന്നെ നിൽക്കട്ടെ."

ദിലീപൻ നൃത്തമണ്ഡപത്തെ ഒന്നുവലം വെച്ച് തുടർന്നു.

"ചിത്രലേഖ ജന്മസിദ്ധമായ കഴിവുകളുള്ള ഒരു കലാകാരിയാണ്. എന്നാൽ കലയെ ഒരു കുഞ്ഞിനെയെന്നതിനേക്കാൾ പൊന്നിനോട് സാമ്യപ്പെടുത്താനാണ് എനിക്ക് കൗതുകം... ഒരു മണൽത്തരി ചിപ്പിക്കുള്ളിൽ സുഷുപ്താവസ്ഥയിൽ കിടന്നാണ് മുത്തായി മാറുന്നത്... എന്നാൽ കലയെന്ന പൊന്ന് പരിശീലനത്തിന്റെ ഉലയിൽ ഊതിക്കാച്ചിയ പൊന്നാവണം... ഭവതിക്ക് മനസ്സിലാവുന്നുണ്ടോ?"

"ഇല്ല രാജൻ..."

"പരിശീലനത്തിന്റെ ചില കുറവുകൾ ഭവതിയുടെ ചടുലതാളങ്ങളെ ചിലപ്പോൾ അരസികമാക്കുന്നുണ്ട്... കലാമർമ്മങ്ങളറിയുന്ന ഒരു സൂക്ഷ്മദൃക്കിനുമാത്രമേ അത് കണ്ടുപിടിക്കാൻ കഴിയൂ... അത്രയ്ക്കുന്നതമാണ് ഭവതിയുടെ ഭാവതൻമയത്വം... ഞാൻ കലാമർമ്മജ്ഞനല്ലെങ്കിലും ചിലതെല്ലാം അറിഞ്ഞുവെച്ചിരിക്കുന്നു... ഭവതി കൊട്ടാരം നർത്തകിയാവുമ്പോൾ ഒരു പ്രേക്ഷകനും നിന്റെ നാട്യത്തെ വിമർശിക്കാൻ കഴിയരുത്... കാരണം ഭരതനാട്യത്തിന്റെ അടിസ്ഥാനമുദ്രകൾ വിവരിക്കുന്ന അഭിനയദർപ്പണം പഠിച്ചവരാകാം വിമർശകരും."

അനന്തരം ചിത്രലേഖയുടെ പ്രജ്ഞയിലേക്ക് രാജാവ് നാട്യജ്ഞാനാമൃതം ഒഴുക്കി.

"വിഭാവാനുഭാവ സഞ്ചാരിഭാവങ്ങളുടെ സംയോഗത്തിൽക്കൂടി രസം ആവിഷ്ക്കരിക്കുന്ന ദൃശ്യകലയാണ് നാട്യം... ഇത് അഭിനയപ്രധാനമാണെങ്കിലും കഥകളിയിലെപ്പോലെ ഓരോ ആശയത്തിനും പ്രത്യേകം ഹസ്തമുദ്ര ഉപയോഗിക്കേണ്ടതില്ല... പിന്നെ അടിസ്ഥാനനിലയിൽ പാദത്തിന്റെ പിൻഭാഗം ഏകദേശം രണ്ട് അംഗുലം മാത്രമേ അകലം പാടുള്ളൂ. ശരീരത്തിന്റെ മേൽഭാഗം വളരെ ഋജുവായി നിവർത്തിപ്പിടിച്ചിരിക്കണം... ഇതാ നോക്കൂ..."

ദിലീപരാജൻ അത് പറഞ്ഞതും ഒരു മിന്നൽവീശും‌പോലെ നൃത്തമണ്ഡപത്തിലേക്ക് ചാടിക്കയറി. മേഘകപോലങ്ങളിൽ സൂര്യമരീചിയേറ്റുവിടർന്ന മഴവിൽപ്പുഞ്ചിരിപോലെ കർക്കശവും ഋജുരേഖാരൂപവുമാർന്ന അടവുകൾ മഹാരാജാവിൽനിന്നുറന്നുചീറ്റി. പടവാളുയർത്തിയ കൈകൾ ഹസ്തമുദ്രകളാൽ കലാദേവിയുടെ വീണാപാണിയായി. അശ്വരഥങ്ങളെ നയിച്ച പാദയുഗ്മങ്ങളോ ലാസ്യചലനങ്ങളാൽ മൃദുകമലദളങ്ങളായി.

ചിത്രലേഖ വിസ്മയാധീനതയിലുലഞ്ഞ് മണ്ഡപത്തിന്റെ ചിത്രത്തൂണിനോട് ചാരി.

തില്ലാനയുടെ ലാസ്യമൂർച്ഛയിൽ മിഴികൾ ചിമ്മി ദിലീപൻ അൽപനേരം നിന്നു.

പതിയെ രാജനയനങ്ങൾ ഒരു പൊൻചിമിഴുപോലെ തുറന്നു:

"ഒരു കലാകാരിയെ സഭയുടെ മുന്നിൽ വിമർശിക്കുന്നത് കലാദേവതയെത്തന്നെ അപമാനിക്കുന്നതിന് തുല്യം... കാരണം സ്വാപകർഷബോധത്താൽ തന്റെ പ്രതിഭയെ പുറത്തെടുക്കുന്നതിൽ അവൾ വിമുഖയാവും... അതിനാലാണ് തനിച്ച് ഈ ന്യൂനതകൾ ഭവതിയെ അറിയിക്കാൻ ഞാനാഗ്രഹിച്ചത്... എന്റെ പാഠങ്ങൾ തെറ്റാണെന്ന് ചിത്രലേഖ കരുതുന്നുവോ?"

"കുരുവംശാധിപാ... പതിനഞ്ചുവർഷം എന്നെ പരിശീലിപ്പിച്ച ഗുരുവിനെ അതിശയിക്കുന്ന ഗുരുവായിരിക്കുന്നു അങ്ങ്... എന്റെ നടനവൈകല്യങ്ങൾ അങ്ങ് പൊറുത്താലും."

അവൾ മിഴികൾ കൂപ്പി. കൈകൾ കൂപ്പി.

പിന്നെ രാജപാദങ്ങളെ നമസ്ക്കരിച്ചു.

ഒൻപത്

വാസഗൃഹത്തിന്റെ സ്വച്ഛതയിലും ചിത്രലേഖയുടെ മനസ്സിൽ അസ്വസ്ഥതയുടെ ചൂളപ്പു കത്തി. അവൾക്കും തോഴിക്കും അനുചരർക്കും ഇവിടെ സൗഖ്യം. പാലും പാലടയും അന്നാദികളും യഥേഷ്ടം. ഉറങ്ങാൻ ചന്ദനക്കട്ടിൽ. ആടാൻ ചിത്രമഞ്ചൽ. വിളിപ്പുറത്ത് പരിചാരകർ.

കൊട്ടാരം നർത്തകിയായി അവരോധിക്കപ്പെടുന്നവൾക്കിനിയെന്ത് വ്യഥ?

എന്നാൽ ചിത്രലേഖ പുകയുന്നു. അവൾ പറഞ്ഞു:

"കനകേ എല്ലാമൊളിച്ചുവെച്ചിട്ടും ഞാൻ വിവസ്ത്രയെപ്പോലെയാവുന്നു... എന്നെങ്കിലും പിടിക്കപ്പെടുമെന്ന് ഞാൻ ഭയക്കുന്നു."

"തുടക്കത്തിലേ ഈ അശുഭചിന്തയായാൽ നമ്മുടെ ദൗത്യം നിറവേറ്റുന്നതെങ്ങിനെ? നമുക്കു പിഴച്ചാൽ അംഗരാജാവിനാൽ നമ്മുടെ കുടുംബം ഭസ്മമാക്കപ്പെടുമെന്ന സത്യം നീയോർക്കണം..."

"ദിലീപരാജൻ വളരെ നീതിമാനും കലാരസികനുമാണെന്ന പ്രചരണം എത്ര വാസ്തവം... അതിനാൽതന്നെ അദ്ദേഹത്തിനെതിരായ ദൗത്യം... അതിനെക്കുറിച്ചുള്ള ഓർമ്മ ഒരു ക്ഷുദ്രസർപ്പമായി എന്നെത്തന്നെ തിരിഞ്ഞുകൊത്തുംപോലെ... അത്രമേൽ മാന്യവും സ്നേഹമസൃണവുമായിട്ടാണ് ഇന്നെന്റെ നടനവിദ്യയുടെ ന്യൂനതകൾ അദ്ദേഹം ചൂണ്ടിക്കാട്ടിയത്..."

കനക പ്രസന്നയായി.

"ഞാൻ ഊഹിച്ചതുപോലെതന്നെ അദ്ദേഹത്തെ കീഴ്പ്പെടുത്തി വധിക്കാൻ ഈ സഹകരണാത്മകമായ സമീപനം നിന്നെ സഹായിക്കും."

"എനിക്കതിന് കഴിയുമോ?"

"നീയിനിയും യാഥാർത്ഥ്യത്തിന്റെ വാൾമുന കാണുന്നതേയില്ല. നമ്മുടെ ചാരവൃത്തിയുടെ ഓരോ ഘട്ടത്തേയും കുറിച്ച് വാദ്യക്കാരായ ഗൂഢപുരുഷൻമാർവശം അംഗരാജാവിനെ അറിയിക്കണമെന്നും അങ്ങനെ ദിലീപനെതിരെയുള്ള പടയൊരുക്കം പെട്ടെന്ന് സാധ്യമാക്കണമെന്നും രാജാവ് ആജ്ഞാപിച്ചതാണ്. എന്നാൽ നാളുകളിത്രയായിട്ടും ഒരു ഗൂഢസന്ദേശം പോലും നൽകാൻ നമുക്കായിട്ടില്ല."

"ദിലീപരാജാവിന്റെ മുഖം നോക്കാൻ പോലും എനിക്കാവുന്നില്ല... അത്രമേൽ തീക്ഷ്ണമാണാ മിഴികൾ... അത് കരുണയുടെ തീക്ഷ്ണതയാണ്... അത് ദർശിച്ചവർ ക്ഷുദ്രവിചാരംമറന്ന് നിർമലമാനസരായെങ്കിൽ എന്തത്ഭുതം..."

കനക അവളുടെ തോളിൽ കൈവെച്ചു.

"നിന്റെയീ നിഷ്ക്രിയത്വം ഞാൻ ശ്രദ്ധിച്ചതാണ്. രാജാവിന് മുന്നിൽ നീ ഒരു സാധാരണ കന്യകയെപ്പോലെ... സ്ത്രീയെപ്പോലെ തരളിതയാവുന്നുണ്ട്. നീ മുഖവിരി വലിച്ചുതാഴ്ത്തുകയും... ഇമകൾ പിടപ്പിക്കുകയും ഒരു തരളഹൃദയയെപ്പോലെ വെറുതെ വിറയ്ക്കുകയും ചെയ്യുന്നു."

"ഞാൻ സ്ത്രീയായിപ്പോവുന്നു... പഠിപ്പിച്ച വശീകരണതന്ത്രങ്ങൾ യഥാർത്ഥമായും ഞാൻ മറന്നുപോവുകയും ചെയ്യുന്നു..."

"പാടില്ല ചിത്രലേഖേ... നിന്റെ അഭൗമ സൗന്ദര്യത്തെക്കുറിച്ച് നീ എപ്പോഴും ബോധവതിയാവണം... അംഗരാജ്യത്തെ അരകോടി കന്യകമാരിൽനിന്ന് തിരഞ്ഞെടുക്കപ്പെട്ട ഏകസുന്ദരിയാണ് നീ... നിന്റെ തുടുത്ത കപോലങ്ങൾക്ക് ഏത് പുരുഷനും മോഹിക്കുന്ന അരുണിമയുണ്ട്. ദിലീപനത് കാണട്ടെ... നിന്റെ ചുവന്ന ചുണ്ടുകൾ നീ നാവുകൊണ്ട് തലോടി വഴുവഴുപ്പുള്ളതാക്കണം... ഇത്തിരി പച്ചകലർന്ന നിന്റെ വെള്ളാരംകണ്ണുകൾ സദാ പിടപ്പിക്കണം... ഒരു ചാൽ നടക്കുമ്പോൾപോലും വിസ്തൃതവും കുംഭാകൃതിയുമാർന്ന നിതംബങ്ങൾ ഞെട്ടിക്കണം... ഉടയാത്ത ജഘനാഗ്രങ്ങൾ ദർശനമാത്രയിൽതന്നെ കൃഷ്ണമണികളിൽ കുത്തിയാലെന്നവണ്ണം ചലിപ്പിക്കണം... രാജാവിനെ വേഴ്ചയുടെ കാണാക്കയത്തിലേക്കെടുത്തുചാടാൻ തക്കവണ്ണം കാമഭ്രാന്തിലേക്കെത്തിക്കുന്ന മദനരൂപമായി നീ മാറണം... അതാണ് രാജശാസന..."

ചിത്രലേഖ മന്ദഹസിച്ചു:

“ദേവദാസിത്തെരുവിലെ ക്ഷേത്രനടയിലെന്നെ സമർപ്പിക്കുമ്പോൾ ദാസിയാട്ടം കാണാനെത്തുന്നവരെ പ്രീണിപ്പിക്കാൻ ഇത്രയേറെ പാഠങ്ങൾ നീ പറഞ്ഞുതന്നിട്ടില്ലല്ലോ കനകേ?”

“ചിത്രലേഖേ... ഒരു മഹാമേരുവിനേയും താഴ്‌വരയേയും തുലനം ചെയ്യുന്നതെന്ത്? അംഗരാജ്യത്തെ നമ്മുടെ ദാസിത്തെരുവിലേക്കണയുന്ന കാമാന്ധർ കാൽക്കൽവീഴാൻ നിന്റെ ദേഹത്തെ ചന്ദനതൈലം മാത്രം പോരും... ഒരു കടക്കണ്ണേറിൽ നിലംപരിശാവുന്ന ദുർബലമാനസരാണവർ... എന്നാൽ ജഗങ്ങൾ ജയിക്കുന്ന ദിലീപനെന്ന മഹാരാജാവിനെ തളയ്ക്കാൻ അത്ര പെട്ടെന്നാവുമോ? നിന്റെ വിഷപരിരംഭണഘട്ടംവരെ അദ്ദേഹമെത്താൻ നീയീ അടവുകളൊക്കെ പയറ്റിയേ ഒക്കൂ...”

“എനിക്കറിയാം കനകേ... ഒരുപക്ഷേ ആത്മനിന്ദയാവാം എന്നെ തളർത്തുന്നത്.”

“ഈ തളർച്ച അദ്ദേഹത്തെ സംശയാലുവാക്കിയാൽ അതോടെ കഴിയും നമ്മുടെ കഥ. അതിനാൽ ഇപ്പോഴത്തെ അദ്ദേഹത്തിന്റെ മൃദുസമീപനം നീ പരമാവധി ചൂഷണം ചെയ്യണം.”

ചിത്രലേഖ ബോധവതിയായി.

ദിലീപനെന്ന ശത്രുരാജാവിനെ വധിക്കാൻ അംഗരാജാവിനാൽ അയക്കപ്പെട്ട ഒരു വിഷശസ്ത്രമാണ് താൻ!

അതിനുമാത്രമായി അവളൊരു മദനതൂണീരമായി സ്വയം മാറി. രാജസദസ്സിൽ അവൾ തന്റെ നടനവൈഭവം ഇടക്കിടെ തെളിയിച്ചുകൊണ്ടിരുന്നു. സന്ദർശകരായ മിത്രരാജാക്കൻമാർ അവളുടെ അഴകിലും നടനവിദ്യയിലും മയങ്ങി വാപൊളിച്ചുനിൽക്കുന്നത് അവൾക്കറിയാൻ കഴിഞ്ഞു.

ഒരിക്കൽ ദിലീപൻ അവളെ അറിയിച്ചു.

“ഇന്ന് കൊട്ടാരം ഉദ്യാനത്തിലേക്ക് ഞാൻ വരുന്നതാണ്. നിന്റെ സംഗീതവിരുന്ന് അവിടെ പ്രകടിപ്പിക്കണം... അതിലൂടെ എന്റെ മനസ്സിന്റെ കെട്ടുകളൊക്കെ ഒന്നഴിയട്ടെ...”

“കൽപനപോലെ രാജൻ...”

അപരാഹ്നത്തിന്റെ പൊൻവെയിൽ ചാഞ്ഞനേരം ചിത്രലേഖ പരിചാരകവൃന്ദത്താൽ ഉദ്യാനത്തിലേക്ക് ആനയിക്കപ്പെട്ടു.

കപോതങ്ങളും ചകോരങ്ങളും മാനുകളും മേയുന്ന ഉദ്യാനത്തിലെ പച്ചപ്പിൽ ചിത്രലേഖ ചമ്രം പടിഞ്ഞിരുന്നു. കുറച്ചുമാറി രാജാവ് അവളുടെ ഗാനമാധുരിയാസ്വദിക്കാൻ തയാറായി.

മായാമാളവഗൗളയുടെ പ്രതിമധ്യരാഗമായ പന്തുവരാളിയിൽ രാമനാഥം ഭജേഹം എന്ന കൃതിയാണവൾ ആദ്യമാലപിച്ചത്. പിന്നെ ആദിതാളവർണമായ സാമിനീ തോഡി. ഷഡ്ജം മുതൽ കാകളിനി ഷാദംവരെ അനർഗളമൊഴുകുന്ന സ്വരഗംഗയിൽ മുങ്ങി ദിലീപൻ മിഴികൾ ചിമ്മി. മണിക്കൂറുകൾ നീണ്ട സംഗീതസദ്യയുടെ മത്തിൽ ചിത്രലേഖയും സ്വാത്മവിസ്മൃതി പൂണ്ടു. ഒടുവിൽ നാദം നിലച്ച് അവളു ണരുമ്പോഴറിയുന്നു; ദേവദാസിത്തെരുവിലെ ഒരു ഗാനസദിരിലും തനിക്കീ രാഗരസമൂർച്ഛ അനുഭവപ്പെട്ടിട്ടില്ല. വെള്ളാരംകല്ലുകളിൽ തട്ടിയും പൂഴിത്തരികളെയൂറ്റിയും സൂര്യരശ്മികളെ പ്രതിഫലിപ്പിച്ചും മന്ദമൊഴുകുന്ന കല്ലോലിനിയുടെ ഗാനനിർത്ധരിപോലെ അത്രമേൽ സ്വാഭാവികവും നിർമ്മലവുമായിരുന്നു അവളുടെ ആലാപനം.

ദിലീപൻ നറുചിരിയോടെ അവളെ നോക്കി:

“തോഴി പറഞ്ഞതുപോലെ ഗാനവിദ്യയിലും ചിത്രലേഖ ഒരത്ഭുതം തന്നെ... ആരായിരുന്നു ഗുരു?”

“അമ്മ”

“ഒരു ഗായികക്കുവേണ്ട നാദശുദ്ധിയും സ്വരഗുണവും ചിത്രലേഖ ആർജ്ജിച്ചിരിക്കുന്നു. എന്നാൽ ചിത്രലേഖ തെറ്റിദ്ധരിക്കരുത്... ഞാൻ വീണ്ടും വീണ്ടും ചിത്രലേഖയുടെ പ്രതിഭയെ അപമാനിക്കു ന്നുവെന്നും ധരിക്കാതിരിക്കൂ...”

“എന്താണങ്ങ് അർത്ഥമാക്കുന്നത്?”

“ഭവതി പാടിയ രാമനാഥം ഭജേഹം കാമവർദ്ധിനീ രാമക്രിയ എന്നീ രാഗങ്ങളായും അറിയപ്പെടുന്നുണ്ട്... വെങ്കിടമഖിയുടെ എഴു പത്തിരണ്ട് മേളകർത്താപദ്ധതിയിലെ അൻപത്തിയൊന്നാമത്തെ മേളം... ഇതിൽ പാധമ... സാരിനി തുടങ്ങിയ വിശേഷപ്രയോഗങ്ങൾ ഭവതി നടത്തിയത് ഛായ വളരെ വർദ്ധിപ്പിക്കുന്നുണ്ട്... സാമാന്യാ സ്വാദകർക്ക് ഇതുതന്നെ നാദാമൃതമായി തോന്നും... എന്നാലിനിയും ഇതു നന്നാക്കാം...”

“എന്റെ തെറ്റുകൾ ചൂണ്ടിക്കാട്ടണം രാജൻ... കറകളഞ്ഞ ഒരു കൊട്ടാരം നർത്തകിയായി ഈ രാജ്യത്തെ അലങ്കരിക്കാൻ കഴിയു മെങ്കിൽ എന്റെ ജന്മം ധന്യമായി...”

“ഈ സഹിഷ്ണുത ഏത് കലാകാരിക്കും മാതൃകയാവേണ്ടതാണ്... ചിത്രലേഖ പാടിയ കീർത്തനം ഞാൻ വീണ്ടും പാടാം...”

ചിത്രലേഖയുടെ മിഴികൾ വിടർന്നു. കാതുണർന്നു.

കുരുവംശാധിപൻ ഇതാ ഒരു ഗന്ധർവഗായകനാവുകയാണ്. ആ അധരയുഗ്മത്തിൽനിന്നും ഗാനസുധയൊഴുകുന്നു. അത് ഹിമവത്ഹൃത്തിൽ നിന്നടർന്നൊഴുകുന്ന സുധാവാഹിനിയായി. ആ സ്വരവാഹിനിയിൽ മുങ്ങിക്കുളിച്ചുയരവേ ചിത്രലേഖ ആലാപനത്തിലെ തന്റെ ന്യൂനതകളറിഞ്ഞു.

ആലാപനശേഷം ദിലീപൻ പറഞ്ഞു.

"ചിത്രലേഖക്ക് സംഗീതവാസന ജന്മസിദ്ധമായി ലഭിച്ച വരമാണ്. എന്നാൽ അതിന്റെ ചില വ്യാകരണങ്ങൾ കൂടി പഠിച്ചുവെക്കുന്നത് കലയുടെ പൂർണതയിലേക്കുള്ള യാത്രയെ സഹായിക്കും... ഇപ്പോൾ ചിത്രലേഖ പാടിയ രാഗവും അന്യൂനം തന്നെ... എന്നാൽ ഞാൻ രിരിഗഗമ... ഗഗമമധ... ധധനിനിധ തുടങ്ങിയ ജൺഡപ്രയോഗം നടത്തി ഇതിനെ കൂടുതൽ ആസ്വാദ്യകരമാക്കുകയാണ് ചെയ്തത്..."

"അങ്ങയുടെ വാക്കുകൾ എനിക്ക് ജ്ഞാനോദയകാരണമാവുന്നു രാജൻ."

അതോടെ ദിലീപൻ ഒരു വൈയാകരണനായി. രാജാവ് വിശദീകരിച്ചു:

"ഗാനവാദ്യനടനനാടകങ്ങൾ ചേർന്ന പഞ്ചമവേദത്തിലാണ് സംഗീതത്തെ ഗീതവുമായി ബന്ധപ്പെടുത്തി വ്യവഹരിക്കുന്നത്... ഈ ഗീതം അഭിനയരസാദികളെക്കൂടി സമാനമായി പ്രതിബിംബിപ്പിക്കാൻ പ്രാപ്തമാവണമെന്ന് കൽപ്പിക്കുന്നുണ്ട്... അതായത് നമ്മുടെ സംഗീതം സാന്ദർഭികമായ ഭാവത്തിന് ഉതകുന്നതോടൊപ്പംതന്നെ ശ്രോതൃഹൃദയത്തിൽ ദൃശ്യപരമായ അനുഭൂതികളേയും ഏകസമയം ഉണർത്തുന്നതിനും സഹായകരമാവണം... അതെ... ചിത്രലേഖ പാടിയപ്പോൾ എന്റെ വന്ദ്യപിതാവ് കുരുവിന്റെ സംരക്ഷണത്തിൽ സംഗീതം പഠിച്ച ആ കാലഘട്ടം ഒന്നാകെ മനസ്സിൽ വരികയുണ്ടായി... നിന്റെ ഗീതം ഓർമ്മകളുടെ ഒരു വിരുന്നായി മാറി."

"എന്നാൽ... എന്റെ തെറ്റുകൾ."

"ചിത്രലേഖയ്ക്ക് തെറ്റിയിട്ടില്ല... എന്റെ കലാമണ്ഡപത്തിന് നീ തിലകക്കുറിയാവും."

ദിലീപൻ നിർത്തി. ചിത്രലേഖയുടെ മുഖസൗന്ദര്യം അദ്ദേഹം ഒട്ടുനേരം ആസ്വദിച്ചു. ആ കടാക്ഷം നേരിടാനാവാതെ അവൾ തളർന്നു.

“വാസ്തവത്തിൽ ഉന്നതകലാകാരിയായ ചിത്രലേഖയോട് ആദ്യം തോന്നിയ ആദരവ് അനുരാഗമായി മാറുന്നുവോ എന്ന് ഞാൻ സംശയിക്കുന്നു.”

ചിത്രലേഖ തനുതളർന്ന് രക്ഷക്കായി പുൽപ്പടർപ്പിൽ കൈയമർത്തി.

ആ രാജശബ്ദം ഒരുപോലെ വെള്ളിടിയായും തേൻമഴയായും ശുഭദായകമായും അശുഭകാരിയായും പ്രത്യാശയുടെ ചുടലയായും വിപൽസന്ദേശങ്ങളുടെ ക്രൂരശസ്ത്രങ്ങളായും അവളിലേക്ക് പെയ്തു.

സർപ്പശൗര്യത്തെ മുച്ചൂടും തളർത്തി വശംവദമാക്കുന്ന മകുടിയൂത്തുപോലെ ആ പ്രഖ്യാപനം അവളുടെ കർണ്ണേന്ദ്രിയങ്ങളിൽ കുത്തിയിറങ്ങി:

“ഭവതിയുടെ പൂർണമനസ്സോടെ നമ്മുടെ അന്തപ്പുരത്തിലെ റാണിയാക്കാൻ ഞാനാഗ്രഹിക്കുന്നു.”

വാസഗൃഹത്തിലെ സപ്രമഞ്ചത്തിലവൾ പിടഞ്ഞു.

പത്ത്

താനൾപ്പെടുന്ന ദേവദാസീകുലം കലയെ വഴിവാണിഭത്തിൽ വിൽപനച്ചരക്കായി വെച്ചിരിക്കുന്നു.

ഈ രാജാവോ?

കലയെ ദിവ്യവും പവിത്രവുമാക്കി സൂക്ഷിച്ചിരിക്കുന്നു. അനുയോജ്യവേളകളിൽമാത്രം അതിനെ പ്രകടിപ്പിച്ച് വിശുദ്ധമാക്കുന്നു. ആരാണ് കലാകാരൻ? പ്രജയായ തന്നേക്കാൾ ഈ രാജാവ് ദൈവത്തോടടുത്തു നിൽക്കുന്നു.

ഇദ്ദേഹം പട നയിക്കുന്ന പ്രജാപതി മാത്രമല്ല; കലാകാരനായ രാജാവാണ്!

ഇദ്ദേഹത്തെയാണ് ഞാൻ കൊല്ലേണ്ടത്!

സാമന്തരാജ്യങ്ങൾ സ്വമേധയാ കപ്പംകൊടുത്തു സ്വീകരിക്കുന്ന ഇദ്ദേഹം എങ്ങനെ ഏതുവഴിയാണ് അംഗന്റെ ശത്രുവാകുന്നത്? യഥാർത്ഥത്തിൽ ആരാണ് ശത്രു? അധികാരക്കലിപൂണ്ട അംഗനോ കലാമർമ്മജ്ഞനായ ദിലീപനോ?

ഈ വിഷസർപ്പം ആരെയാണ് കൊത്തേണ്ടത്? കെട്ടിപ്പുണരേണ്ടത്? പൊത്തിപ്പിടിച്ച് ദന്തസുഷിരത്തിലേക്ക് വിഷസഞ്ചി തുറക്കേണ്ടത്?

ദൈവമേ ഗോപുരകവാടങ്ങളിലൂടെയിഴഞ്ഞ് കാട്ടും മേട്ടും നഗരരക്ഷകളും മറികടന്നുചെന്ന് എനിക്ക് അംഗനെത്തന്നെ കൊത്താനായെങ്കിൽ...?

ചിത്രലേഖ ഞെട്ടിവിറച്ചു.

എന്ത്...?

അംഗനെയോ...?

എന്തുകൊണ്ട് ഞാനെന്റെ ദൗത്യം മറന്നു? ശത്രുവിന്റെ രൂപം മാറിയതെന്ത്? വിഷക്കൂടാരമാക്കിയയച്ചവനെങ്ങിനെ എന്റെതന്നെ ശത്രുവായ് ചമഞ്ഞു? തരളഹൃത്തിലെവിടെയോ ഒരു മാനിടറിയതോ? വിഷപാശങ്ങൾ തകർത്ത് പഴയ കാട്ടിലേക്കുപായാൻ ഒരു പുള്ളിമാൻ കുതറിയതോ?

പാടില്ല. ഇത് ഞാൻ... ചിത്രലേഖയെന്ന വിഷക്കരു! ചാരരൂപിണി!

ഇവൻ ദിലീപൻ. അംഗന്റെ ശത്രു. ദേശദ്രോഹി!

അംഗരാജ്യത്തിലെ പ്രജയായ തന്റേയും ശത്രുവാകേണ്ടവൻ!

ഇവനെ വധിച്ച് ഒരു മഹാരാജ്യത്തിന്റെ അധികാരവാഞ്ചയെ തിടംവെപ്പിച്ച് അവന്റെ കൊടിനാട്ടാൻ തുണയാകേണ്ടവൾ. ദേശരക്ഷ നടത്തേണ്ടവൾ. ദേശരക്ഷക്ക് ഒരുജന്മം തന്നെ തീറെഴുതിക്കൊടുത്തവൾ!

ഞാനവനെ കപടമായ് പ്രണയിച്ച് അവനെ കടിച്ചുകൊല്ലും. അതാണെന്റെ ദൗത്യം!

പെട്ടെന്ന് കാടിളകി.

വൃത്തത്തിനുള്ളിൽ കിടന്ന് പുള്ളിമാൻ പിടഞ്ഞുമന്ത്രിച്ചു:

-അതാണ് സത്യം ചിത്രലേഖേ,

നീയവനെ പ്രണയിക്കുന്നു.

എന്ത് ഞാനവനെ പ്രണയിക്കുന്നുവോ?

അതെ. നീയവനെ പ്രണയിക്കുന്നു. നിന്റെ വിഷാകാരത്തെ ജയിച്ച് നിന്റെ സ്ത്രീമനസ്സ് സട വിടർത്തിയിരിക്കുന്നു. ഈ മനസ്സ് പ്രണയശസ്ത്രം കുലച്ചുകഴിഞ്ഞിരിക്കുന്നു. അത് ചാപത്തെ വെടിഞ്ഞ് മുന്നോട്ട് പായുന്നു!

ഇനി നിനക്കവനെ കടിക്കാനാവില്ല!

നിനക്കവനുമായി സംയോഗമാവില്ല!

അവൻ നിന്നെ സത്യമായ് പ്രണയിച്ചാലോ? അവന്റെ കൈത്താരുകൾക്കുള്ളിൽനിന്നുകൊടുക്കാനും നിനക്കാവില്ല. അവന്റെ മരണം നീ കൊതിക്കില്ല. ഒന്നും തുറന്നുപറയാനും നിനക്കാവില്ല. എന്നാലോ, ദൗത്യം നിറവേറ്റാതെ തിരിച്ചുപോകാനും നിനക്കാവില്ല!

എല്ലാ പഴുതുമടഞ്ഞു. എല്ലാ വിഷശസ്ത്രവും നിനക്കുനേരെ!

മനസ്സേ, ഇതായിരുന്നു നീ... സ്ത്രീയായ നീ...!

എല്ലാം അടിച്ചമർത്തപ്പെടേണ്ടവൾ.

എന്നും അടിമപ്പെടേണ്ടവൾ.

എന്നും പിടയേണ്ടവൾ. എന്നും കരയേണ്ടവൾ.

ദൈവമേ...!

അവൾ ശിരസ്സ് കൈകളിൽ താങ്ങി.

പതിനൊന്ന്

ഇത് ദിലീപരാജാവിന്റെ അന്തപ്പുരം.

മതിലും കിടങ്ങും ഗോപുരവാതിലും കടന്നാലപ്പുറം രാജാവിന്റെ മോഹനഗൃഹത്താൽ ചുറ്റപ്പെട്ട്, ചൈത്യദേവതമാർ കാവൽനിൽക്കുന്ന വാസഗൃഹം!

അന്തപ്പുരത്തിലെ സ്ത്രീനിവേശവും കന്യകാപുരവും ഒഴിഞ്ഞുകിടക്കുന്നു.

ഇതുവരെ ദിലീപന്റെ പട്ടമഹിഷീപദമലങ്കരിക്കാൻ ആരുമെത്തിയിട്ടില്ല.

എന്നാലോ, ഒരു പരിണയപരീക്ഷപോലും നേരിടാതെ ഇതാ ചിത്രലേഖ ദിലീപനെന്ന പുകൾപെറ്റ രാജാവിന്റെ അന്തപ്പുരത്തിൽ!

ചിത്രലേഖ മിഴിതുറന്ന് ചുറ്റും നോക്കി!

അത്ഭുതങ്ങളുടെ പറക്കുംതളികയിൽ എപ്പോഴാണ് താനീ അന്തപ്പുരത്തിലെത്തിയത്?

തന്നെ പ്രണയിക്കുന്നുവെന്ന് പറഞ്ഞുകൊണ്ട് വശ്യമായ ചൂണ്ടാണിവിരൽ തന്റെ മനസ്സിന്റെ ഏത് മർമ്മത്തിലാണദ്ദേഹം കുത്തിയത്?

ഇതാ ചുറ്റും തോഴിമാർ. സഖി കനക!

ഈ അന്തപ്പുരം ദിലീപൻ തന്ന രക്ഷാദുർഗമാണ്. വൈദ്യുതഭസ്മവും പുറ്റുമണ്ണും തേച്ച ഈ അന്തപ്പുരമതിലിനെ കരിക്കാൻ അംഗന്റെ അഗ്നിശരങ്ങൾക്കാവില്ല. അശ്വത്ഥപത്രവും ജീവന്തിയും ശ്വേതയും പുഷ്പവന്ദാകയുംകൊണ്ട് രക്ഷ ചെയ്ത അന്തപ്പുരത്തിൽ വിഷസർപ്പങ്ങളുമെത്തില്ല!

എന്നാൽ എന്തൊരു വൈപരീത്യം! ആയിരം സർപ്പവിഷ ധൂളികൾ രക്തസിരകളിൽ നിറച്ച വിഷക്കരുവായ തനിക്കുമുന്നിലിതാ ജഗങ്ങൾ വെട്ടിപ്പിടിക്കുന്ന രാജാവ് സ്നേഹത്തിന്റെ ഭിക്ഷാപാത്രവുമായി നിൽക്കുന്നു. രാജാവിന്റെ നിഷ്ക്കളങ്കത തന്റെ ആത്മവഞ്ചനയെ കീഴടക്കി എല്ലാ രക്ഷാബോധത്തേയും തകർത്ത് മനസ്സിനെ അഗ്നികുണ്ഠമാക്കുന്നു.

എന്നാൽ ചിത്രലേഖയുടെ ആത്മസംഘർഷങ്ങളറിയാതെ തോഴി കനക അവളെയുണർത്തുന്നു:

"ചിത്രലേഖേ... നിരപരാധികളായ നമ്മുടെ ദൗത്യം നിർവഹിക്കുന്നതിന് ദൈവം നമ്മെ വളരെ സഹായിക്കുകയാണ് ചിത്രലേഖേ... എത്ര പെട്ടെന്നാണ് നാമീ അന്തപ്പുരത്തിലെത്തിയത്. ഇനിയെല്ലാം എളുപ്പമാണല്ലോ... ഈ വിവരം എത്രയും പെട്ടെന്ന് ഗൂഢപുരുഷൻമാർ മുഖേന അംഗരാജാവിനെ അറിയിക്കണം. അതാണല്ലോ കൽപന... രാജാവിന്റെ വാസഗൃഹത്തിലേക്കുള്ള ഗൂഢമാർഗങ്ങളും അന്തർവംശികസൈന്യത്തേയും പടയാളികളേയുംകുറിച്ച് അറിയിച്ച് അംഗന്റെ നിർദേശം കിട്ടിയശേഷമേ നീ ദിലീപരാജാവുമായി സംഗമിക്കാൻ പാടുള്ളൂ... ദിലീപന്റെ മരണശേഷം നമുക്ക് രക്ഷപ്പെടണമെങ്കിൽ അംഗൻ വിജയപതാകയേന്തി ഇവിടെവരാതെ വഴിയില്ലല്ലോ?"

ചിത്രലേഖ പുഞ്ചിരിച്ചു:

"ദിലീപന്റെ മരണം നീ എത്ര വ്യക്തമായി കാണുന്നു കനകേ?"

"അതിലെന്തതിശയം?... ഇണയെ കൊല്ലാൻ അന്തപ്പുരത്തേക്കാൾ എളുപ്പമായ സ്ഥലമേതാണ്? പൊരിമലരിൽ വിഷത്തേൻ തേച്ചുകൊടുത്ത് കാശിരാജാവിനെ അദ്ദേഹത്തിന്റെ ദേവി വധിച്ചത് അന്തപ്പുരത്തിൽ വെച്ച്... വിഷനൂപുരം കൊണ്ട് വൈരന്ത്യരാജനേയും വിഷമേഖലാമണികൊണ്ട് സൗവീരരാജനേയും വിഷക്കണ്ണാടിയാൽ ജാലൂഥ രാജാവിനേയും അവരുടെ റാണിമാർ വധിച്ചതും അന്തപ്പുരത്തിൽ വെച്ച്... പ്രേമാന്ധതയിൽ അന്തപ്പുരമണയുന്ന ദിലീപനെ കൊല്ലാൻ അതില്പമെളുപ്പം..."

"നിർത്ത്"

ചിത്രലേഖയുടെ മുഖം ക്ഷണംകൊണ്ട് ചെന്നിറമാർന്നു. അവൾ ഉൻമാദിയെപ്പോലെ കനകയുടെ നെഞ്ചിലിടിച്ചുകൊണ്ട് പിറകോട്ടു തള്ളി. അവളുടെ നഖസ്പർശത്തിൽ നിന്നൊഴിഞ്ഞ് സംഭീതയായ് മിഴികൾ തുറിച്ച് കനക നിന്നു.

"ചിത്രലേഖേ..."

ചിത്രലേഖ സ്വയം വീണ്ടെടുത്തു. അൽപനേരമവൾ കിതച്ചു. പിന്നെ കൈകളിൽ മുഖം താങ്ങി:

“ദൈവമേ... എന്നോടെന്തിന്... എന്തിനീ പരീക്ഷ?”

ചിത്രലേഖ കരയുന്നു. ഒരു പുള്ളിമാൻ കരച്ചിൽ കനക കേൾക്കുന്നു.

തോഴി ആ സ്വർണമുഖമുഴിഞ്ഞു:

“വധചിന്ത നിന്നെ ഭീരുവാക്കുകയാണോ?”

“എനിക്കദ്ദേഹത്തെ വധിക്കാനാവില്ല കനകേ... അതസാധ്യമാണ്.”

“കാരണം?”

“കാരണം... കാരണം അതുതന്നെ... ഞാൻ അദ്ദേഹത്തെ സ്നേഹിക്കുന്നു... കപടമായല്ല സത്യമായിട്ടും... ആ മഹാനെ ഞാൻ ആരാധിക്കുന്നു.”

കനക ശിരസ്സിളക്കി:

“ഞാൻ ഊഹിച്ചതും സത്യമായിരിക്കുന്നു... എന്നാലാ സ്നേഹം സത്യമായാൽതന്നെയെന്ത്? അംഗരാജനെ സംബന്ധിച്ചിടത്തോളം നിന്നെ അഭിനന്ദിക്കാൻ എളുപ്പമായില്ലേ? ദിലീപനെ സ്നേഹിക്കുക വശീകരിക്കുക നശിപ്പിക്കുക ദിലീപസാമ്രാജ്യം കീഴടക്കുക... അംഗരാജാവ് മറ്റെന്താണ് കൊതിച്ചത്? സ്നേഹത്തിന്റെ സത്യാസത്യങ്ങൾ രാജാവെന്തിനറിയണം?... സ്നേഹം സത്യമാവുംതോറും വഞ്ചനയും എളുപ്പമായില്ലേ?”

“അതെ കനകേ... അതുതന്നെയാണെന്റെ പരീക്ഷയും... അദ്ദേഹത്തെ സ്നേഹിക്കുമ്പോഴും ശാരീരികമായി അകലാനുള്ള പരീക്ഷയാണിത്... അദ്ദേഹം കാമാർത്തനായി എന്നെ പുണർന്നാലും എന്റെ പ്രേമം നിലനിർത്താൻ അദ്ദേഹത്തിൽനിന്നൊഴിയേണ്ടിവരും... ഇല്ലെങ്കിൽ ആ ശരീരം എന്റെ മാറിൽ നിശ്ചലമാവുന്നത് എനിക്ക് കാണേണ്ടിവരും...”

കനക നിശ്വസിച്ചു.

“ഇത് അസാധാരണമായ വിധിയാണ് ചിത്രലേഖേ... നീ നിന്നെ മറന്നുപോയി... വിഷകന്യയായതോടെ ഒരു സ്ത്രീയായി ഇണയെ സ്നേഹിക്കാനും കുട്ടികളെ പ്രസവിക്കാനും കുടുംബിനിയാവാനുമുള്ള എല്ലാ അർഹതയും നഷ്ടമായ സത്യം നീയോർത്തില്ല... നിന്റെ കുടുംബത്തിന്റെ ജീവരക്ഷയും നീ മറന്നു.”

"ഞാനെന്നെ മറന്നു... വിഷസിരകളും കടന്ന് എന്റെ മനസ്സിന്റെ ലോലമായ ഏതോ മർമ്മത്തിൽ അദ്ദേഹം സ്നേഹത്തിന്റെ വിരലു കളമർത്തിയിരിക്കുന്നു. ഇനി എനിക്കദ്ദേഹത്തെ വധിക്കാനാവില്ല... സ്നേഹിക്കാൻ... സ്നേഹിക്കാൻ മാത്രമേ കഴിയൂ..."

"എത്രനാൾ?"

"അറിയില്ല"

"എന്നാൽ എനിക്കറിയാം... എല്ലാ ഭാവിചിത്രവും ഞാൻ കാണുന്നു... അദ്ദേഹത്തിന്റെ മരണമാഗ്രഹിക്കാത്ത നീ വേഴ്ച നീട്ടി ക്കൊണ്ടുപോവും... ഒടുവിൽ അക്ഷമനായ ദിലീപരാജാവ് നിന്നെ ബലമായി കീഴടക്കും... അവിടെ അംഗൻ തന്റെ വിജയക്കൊടി നാട്ടും... അതല്ലെങ്കിൽ നീ നിന്റെ വഞ്ചനയുടെ കഥ തുറന്നുപറയുന്നു... ആ രാജഖഡ്ഗം നമ്മുടെ ശിരസ്സുകൾ കൊയ്യുന്നു."

"കനകേ നീ നിരപരാധി... എന്റെ ശിരസ് ഞാൻ ബലി നൽകും... സത്യം തുറന്നുപറയുംവരെ ആ സ്നേഹം എനിക്കുവേണം... അദ്ദേഹ മെന്നെ വധിക്കുംവരെ അതല്ലെങ്കിൽ ഞാൻ ആത്മാഹൂതി നടത്തും വരെ ഈ സ്നേഹം ഞാൻ പവിത്രമായി കൊണ്ടുനടക്കും..."

കനക പിറുപിറുത്തു:

"എല്ലാ താളവും തെറ്റി... സ്നേഹം ബന്ധങ്ങളെ വിളക്കിച്ചേർ ക്കാനല്ല... ചിതറിത്തെറിപ്പിക്കാനാണ് അതിന്റെ ആയുസ്സേറെയും ചിലവഴിക്കുന്നത്..."

അന്തപ്പുരദാസി മുഖംകാണിച്ചു:

"രാജാവ് കാണാൻ വരുന്നു."

കനക മന്ത്രിച്ചു:'

"ചിത്രലേഖേ നിന്റെ വിധി നീ തന്നെ തിരഞ്ഞെടുത്തുകൊള്ളൂ... എന്തിനും ഞാൻ നിന്റെ തോഴി തന്നെയായിരിക്കും... നിന്റെ ആത്മാഹൂതി തനിച്ചാവില്ലെന്ന് നിനക്കുറപ്പിക്കാം..."

കനക മിഴികളൊപ്പി അന്തപ്പുരം വിട്ടു.

യുവരാജാവിന്റെ അംഗങ്ങൾ വമിപ്പിക്കുന്ന കസ്തൂരിഗന്ധം ചിത്ര ലേഖയുടെ ബോധത്തെ ഒരർദ്ധ സുഷുപ്തിയിലാഴ്ത്തി. രത്നപാദുകങ്ങ ളുടെ ഘനതാളത്തിൽ അവൾ ആപാദചൂഡം കാറ്റേറ്റ ആലിലയായി വിറച്ചു.

ദിലീപൻ ചന്ദനക്കട്ടിലിൽ അവൾക്കരികിലിരിക്കവേ അവൾ ഞെട്ടിയുണർന്നു. പിടഞ്ഞെഴുന്നേറ്റു. ഒരടി പിറകോട്ടു വെച്ചു.

മുഖം താഴ്ത്തി.

"ചിത്രലേഖ വളരെ സംഭീതയാണ്. എന്റെ പ്രേയസീപദം ഇത്ര പെട്ടെന്ന് പ്രതീക്ഷിച്ചില്ലെന്ന് നാം മനസ്സിലാക്കുന്നു."

"അതെ രാജൻ... ഉജ്ജ്വലമായ സൂര്യകിരണങ്ങളേറ്റുനിൽക്കാൻ ഈ ചേറ്റിലെ താമരക്ക് കഴിയുന്നില്ല."

"സൂര്യകരങ്ങൾ ലക്ഷം നാഴിക താണ്ടി വന്നീ താമരയെ തൊടുന്നുവെങ്കിൽ അത് താമരയുടെ ഔന്നത്യം തന്നെയായിരിക്കണം."

"ഞാനിതിനർഹയല്ല രാജൻ... ഞാൻ... ഞാൻ..."

"ഒരു സ്ത്രീ... സുന്ദരിയായ സ്ത്രീ... കലാകാരിയായ സ്ത്രീ... വിനയാന്വിതയായ സ്ത്രീ... ഒരു പുരുഷനെ പ്രലോഭിപ്പിക്കാൻ അതിലേറെ വേണോ? ഞാൻ ദിഗ്വിജയം നേടിയവനാകാം... ഗജാശ്വരഥ സൈന്യാദികളും സ്വർണഖജാനയും പാരമ്പര്യവും എന്റെ കൈമുതലാവാം... പക്ഷേ ചിത്രലേഖേ... നിന്റെ തീക്ഷ്ണനേത്രങ്ങളുടെ മീനിളക്കം എന്നെ തരളിതനാക്കുന്നു... നിന്റെ ദേഹഗന്ധം മനോബലത്തെ തളർത്തുന്നു. നിന്റെ ജഘനഭാരവും കുചവടിവുകളും ഈ രുധിരാധരങ്ങളും എന്നെ വെറും പുരുഷനാക്കുന്നു. ഇത് പ്രകൃതിനിശ്ചയമാകുന്നു... സംയോഗാർത്ഥികളായ മിഥുനങ്ങൾ അരഞ്ഞാൺചരടിൽപോലും അലോസരപ്പെടുമ്പോൾ എന്റെ സാമ്രാജ്യവും സൈന്യവ്യൂഹവും വെറും കരിക്കട്ടകൾ... ഞാൻ ഭവതിയുടെ സ്നേഹവും ശരീരവും ഇച്ഛിക്കുന്നു."

ഒരു മാത്ര ദിലീപൻ വലതുകരം നീട്ടി ചിത്രലേഖയെ തൊടുകയാണ്.

ആ രാജരുധിരം അവളുടെ മുഖത്തേക്കടുക്കുകയാണ്.

അവൾ വിറയ്ക്കുകയും മനസ്സിൽ മന്ത്രിക്കുകയും ചെയ്യുന്നു:

-ഹേ മഹാത്മാവേ, എന്നെ തൊടല്ലേ. എന്നെ പരീക്ഷിക്കരുതേ! അങ്ങ് കാണുന്ന ഈ ചിത്രലേഖ ഒരു സത്യമല്ല. ഒരിക്കൽ കാടും കാട്ടാറും സ്വന്തമാക്കി പരിധിയില്ലാത്ത സ്വപ്നാംബരത്തിനുകീഴെ ഹരിണമായി പറന്ന ചിത്രലേഖ ഒരു സത്യമായിരുന്നു. പിന്നെ കുലമര്യാദകൾക്കായി യൗവനം വാണിഭമാക്കാൻ വിധിക്കപ്പെട്ടപ്പോൾ അവൾ ഒരർദ്ധസത്യമായി നേർത്തു. ഒടുവിലിതാ അംഗരാജശാസനയിൽ വിഷകേദാരമായ് മാറിയ സത്യം അരസികവും അരുചികരവും ഭീദിതവുമായിരിക്കുന്നു. ഈ വിഷസത്യത്തിന് പിന്നിൽ ഒരിക്കലും അരങ്ങത്തുവരാൻ കഴിയാതെ ഒരു നിഴലായ് മാറിയ സ്വത്വമാണ് ഞാൻ!

-രാജാവേ, കൃത്യയാണ് ഞാൻ!

-ശത്രുരാജ്യത്തെ നശിപ്പിക്കാൻ ക്ഷുദ്രകർമ്മങ്ങളിലൂടെയുയിർകൊണ്ട ദുർദേവത!

ജന്മം തിരിച്ചെടുക്കാൻ അപരപരിഹാരമില്ലാത്ത ദുർദേവത!

ചിത്രലേഖ സ്വയം നിഷേധിക്കുന്നു:

അല്ല, കൃത്യയേക്കാൾ അധമയായ് പോയല്ലോ താൻ!

കൃത്യ നിരപരാധനെ ഹിംസിക്കില്ല.

ഞാനോ, ഈ നിരപരാധനെ ഒടുക്കേണ്ടവൾ!

എന്നെ തൊടല്ലേ...!

ചിത്രലേഖ അസഹ്യയായി ശിരസ്സൊന്നു കുടഞ്ഞു.

രാജപുരികങ്ങൾ ചുളിഞ്ഞു. ചുംബനത്തിനായി നീട്ടിയ മുഖം പിറകോട്ടുവെച്ചു:

"എന്തേ... ചിത്രലേഖ എന്റെ സ്പർശനം ഇഷ്ടപ്പെടുന്നില്ലെന്നോ?"

ആ ചോദ്യത്തിലവൾ വീണ്ടും പിടഞ്ഞു.

മനസ്സിൽ നിഴൽരൂപിയായ തന്റെ സത്വമുണർന്നു. മാനായ് തുടിച്ചു. ഉള്ളിലവൾ വിലപിച്ചു:

-ഇതാ എന്നെ തൊടൂ രാജൻ!

-ഈ രുധിരാധരങ്ങൾ വലിച്ചുകുടിക്കൂ!

ഈ നിറുകയിൽ വത്സലമുദ്രകൾ ചാർത്തൂ!

ഈ വിങ്ങുന്ന കാമതന്ത്രികളെ അടിച്ചുപൊട്ടിക്കൂ!

ഈ വേഴാമ്പലിന്റെ കണ്ഠസുഷിരം അങ്ങയുടെ നിർമ്മല പ്രേമൗഷധിയാൽ അടയ്ക്കൂ...!

എന്നെ സ്നേഹിക്കൂ... എന്നെ പ്രേമിക്കൂ...!

പക്ഷേ... അരുത്... എന്നെ തൊടരുത്...!

അവൾ മന്ത്രിച്ചു:

"രാജാവേ... എന്റെ സ്നേഹം എത്രമാത്രമെന്ന് തെളിയിക്കാൻ വാക്കുകൾക്കാവുന്നില്ല. പക്ഷേ ഞങ്ങളുടെ കുലാചാരങ്ങൾ..."

"അപ്പോൾ ഭവതിയുടെ ഈ ദീർഘമൗനം ഗൗരവതരമായിരുന്നു?... പറയൂ... ഏത് കുലാചാരവും കുരുസാമ്രാജ്യത്ത് നിശ്ചയമായും പാലിക്കപ്പെടും."

പ്രേമപാശത്താൽ വിങ്ങുന്ന ചിത്രലേഖയുടെ ചുണ്ടുകളിൽ കള്ളങ്ങളുടെ മിന്നാമിന്നികൾ തത്തി:

"പരിണയശേഷം നാൽപത്തിയൊന്നുദിവസം വ്രതം കൽപിക്കുന്നു പ്രഭോ... പുരുഷസ്പർശം പാടില്ലെന്നാണ് പറയുന്നത്."

ദിലീപന്റെ ചുണ്ടിൽ പുഞ്ചിരിയുടെ പാൽചന്ദ്രിക.

"ഹോ... പ്രേമത്താൽ തപിക്കുന്ന ഞാൻ നിങ്ങളുടെ ആചാരങ്ങളെക്കുറിച്ച് മുന്നേയൊന്നും ചോദിച്ചില്ല.എന്റെ പിഴവ്... നാൽപത്തൊന്നു ദിനങ്ങൾ നാൽപത്തൊന്ന് യുഗങ്ങൾ തന്നെ... ഈ സംയമനവും കാത്തിരിപ്പും ഒരുപക്ഷേ പ്രേമം ചപലമാകാതെ പക്വമായിതീരാനുള്ള പരീക്ഷണശാസ്ത്രമായിരിക്കാം... ഞാനിതംഗീകരിക്കുന്നു... കാരണം ശാസ്ത്രവിരുദ്ധമായി പ്രവർത്തിക്കുന്നവനും ഇന്ദ്രിയങ്ങളെ ജയിച്ച് കീഴടക്കാത്തവനുമായ രാജാവ് ചതുസ്സമുദ്രപര്യന്തയായ ഭൂമിയെ വാഴുന്നവൻതന്നെയായാലും പൊടുന്നനവെ നശിച്ചുപോവും."

മുഖവിരിക്കപ്പുറം ചിത്രലേഖയുടെ മിഴികൾ നനഞ്ഞു.

-രാജൻ, ഞാനങ്ങയെ വഞ്ചിച്ചുകൊണ്ടിരിക്കുന്നു.

എന്നാൽ എന്റെ ദൗത്യം വഞ്ചനയിലധിഷ്ഠിതമെങ്കിലും എന്റെ പ്രേമം നിർമ്മലമെന്നറിയുക. നാൽപത്തൊന്നു ദിനം നാൽപത്തൊന്ന് യുഗങ്ങളായി മാറട്ടെ. നാൽപത്തൊന്ന് ജന്മാന്തരങ്ങളാവട്ടെ.

പിന്നെ, പൂർത്തീകരിക്കാത്ത പ്രേമമനസ്സോടെതന്നെ ഞാനാസത്യം വെളിപ്പെടുത്താം.

അന്നീ വിഷപ്പത്തി അടിച്ച് ചിതറിച്ചോളൂ.

അതുവരെ ഞാൻ ഞാനാവട്ടെ!

ദിലീപൻ പറഞ്ഞു:

"കുലാചാരം സംരക്ഷിക്കു..അതുവരെ ചിത്രലേഖ ആരോഗ്യമെല്ലാം പരിപാലിക്കൂ... വന്നതുമുതൽ ഭവതി ക്ഷീണിതയാണ്. നമ്മുടെ കൊട്ടാരംവൈദ്യന്റെ സവിശേഷമായ പഴച്ചാറ് പരിചാരിക ഭവതിക്കെത്തിക്കും... അത് പതിവായി ശീലിക്കൂ... സ്വരമാധുരിക്കും ഊർജ്ജസ്വലതയ്ക്കും വളരെ നല്ല പാനീയമായിരിക്കുമത്."

അവൾ ശിരസ്സാട്ടി.

പന്തവിളക്കിന്റെ മഞ്ഞവെട്ടത്തിൽ ജ്വലിക്കുന്ന ചിത്രലേഖയുടെ മുഖം രാജാവ് കരങ്ങളിൽ ഗ്രഹിച്ചു.

"ഭവതിയുടെ സൗന്ദര്യം കത്തിജ്വലിക്കുന്നു... അതെന്റെ സിരകളെ തളർത്തുന്നു... പക്ഷേ കാത്തിരിക്കാൻ നാം ഒരുക്കമാണ്..."

രാജപാദങ്ങളകന്നു.

ദിനങ്ങൾ മാനോട്ടമോടുകയാണ്. ചിത്രലേഖ വ്യഥിതചിത്തയായി.

ഒരു വ്രതത്തിന്റെ കള്ളക്കണക്ക് നാൽപത്തൊന്ന് ദിനങ്ങൾക്കപ്പുറത്തേക്ക് എങ്ങിനെ നീട്ടും?

നാൽപത്തിരണ്ടാം ദിവസം ഏത് ദുരന്തവിധിയാണ് തന്നെ കാത്തിരിക്കുന്നത്?

ദിനംതോറും ദിലീപൻ അവളുടെ അറയിലെത്തുന്നു. പ്രേമോദാരവചനങ്ങളുടെ ഉലയിൽ അവൾ നീറിപ്പുകയുകയും സ്വയം നെയ്പ്പന്തമാവുകയും ചെയ്യുന്നു.

അതിനിടയ്ക്ക് രണ്ടുവട്ടം ദിലീപൻ അവളെ മൃഗയാവിനോദത്തിനായി ആരണ്യകത്തിലേക്ക് കൊണ്ടുപോയി. കാടിന്റെ പച്ചയിൽ, കാട്ടാറിന്റെ ശീതളിമയിൽ അവളുടെ കാലുകൾ പൂർവാധികം ശക്തിമത്തായി. പ്രേമത്തിന്റെ പുൽനാമ്പുകൾ കടിച്ചുകൊണ്ടവൾ താഴ്‌വാരം പറന്നുകടന്നു. തിരിച്ചെത്തുമ്പോഴേക്കും അപരിഹാര്യമായ ഒരു വ്യാധിയായി സത്യത്തിന്റെ വാളുകൾ അവളുടെ കൃഷ്ണമണികൾക്കുമുകളിൽ നിവർന്നു നിൽക്കും.

മരണമോ ജീവിതമോ തിരഞ്ഞെടുക്കാനുള്ള പ്രാപ്തിയെ അവളുടെ പ്രേമാന്ധത തളർത്തിക്കഴിഞ്ഞു!

പന്ത്രണ്ട്

ലോകത്തിന്റെ പരമസീമയേതെന്ന ചോദ്യത്തിന് ഈ യാഗവേദിയെന്ന് പ്രതിവചിച്ച പിതാവിനോട് ന്യായം ചെയ്ത് കണ്ണുറപ്പിച്ച, ലോകകീർത്തി നേടിയ ദിലീപരാജാവിതാ പ്രേമാന്ധനായി ചിത്രലേഖയുടെ പാദാഗ്രത്തിൽ!

ഇത് ദിലീപരാജന്റെ അന്തപ്പുരത്തിലെ ശയനമുറി.

ചന്ദനക്കട്ടിലിലെ രാമച്ചക്കിടക്കയിൽ സുഗന്ധപുഷ്പങ്ങൾ വിതറിയതാര്?

അരികിൽ അവൾ മാസങ്ങളായി കഴിച്ചുവന്ന സൗന്ദര്യസംവർദ്ധകമായ മധുരപാനീയമൊഴിഞ്ഞ മൺപാത്രം.

താനെപ്പോഴാണത് കഴിച്ചത്?

ഒന്നുമോർമ്മയില്ല. നാൽപത്തിരണ്ടാം ദിനത്തിൽ യാഥാർത്ഥ്യത്തിന്റെ തിളങ്ങുന്ന ശസ്ത്രമൂർച്ചയിൽ ബോധസിരകൾ മുറിഞ്ഞുപോയോ?

ഇനിയൊരു കള്ളം തനിക്കാവില്ല. അതിനിനി പഴുതില്ല!

എല്ലാം മുതലെടുപ്പായിരുന്നു.

പ്രേമത്തിന്റെ സ്വാർത്ഥത എത്ര ലളിതമായി, സമർത്ഥമായി തന്നെക്കൊണ്ട് കള്ളങ്ങൾ ചെയ്യിച്ചു. കുലമര്യാദകൾപോലും ചൂഷണത്തിനായി മുതലിറക്കി.

നുണയുടെ അടിത്തറയിൽ പ്രേമത്തിന്റെ കോട്ട കെട്ടാനാവില്ലെന്ന് ഉറപ്പായി.

എന്നാലോ?

പണിയാൻ ശ്രമിച്ച പ്രേമക്കോട്ടപോലും ഒരു നുണയായിരുന്നില്ലേ? രോമകൂപങ്ങളിൽപോലും വിഷച്ചാറ് വമിക്കുന്ന ഈ ശരീരം ഒരു നുണ! ഇതിനുള്ളിലോ, ഒരിക്കലും സത്യമാവാത്ത നുണയായി പ്രേമദാഹം!

ദൈവമേ, എറ്റവും നല്ലത് അംഗരാജാവിന്റെ ദൗത്യം നിർവഹിച്ച് അംഗന്റെ യുദ്ധവിജയത്തിനുശേഷം ലഭിക്കുന്ന പാരിതോഷികങ്ങളുമായി മടങ്ങി കുടുംബത്തിന്റെ സൗഖ്യത്തിൽ മനം നിറച്ച് ശിഷ്ടകാലം തള്ളിനീക്കലായിരുന്നുവോ?

അതിനപ്പുറമൊരു ജീവിതമില്ലെന്നറിഞ്ഞിട്ടും ഈ പ്രേമക്കടലിൽ താൻ വീണതെന്ത്?

എനിക്ക് ദിലീപനെ രക്ഷിക്കാനായെങ്കിൽ?

രാജപാദങ്ങളിതാ മുഖ്യകവാടം കടന്നുവരുന്നു.

നാസാരന്ധ്രങ്ങളിൽ അവന്റെ കോമളശരീരം പൂശിയ സുഗന്ധതൈലത്തിന്റെ ഉന്മത്ത ഗന്ധം.

ദിലീപരാജാവ് ശയ്യയിൽ അവൾക്കരികിൽ ഉപവിഷ്ടനാവുന്നു.

"ചിത്രലേഖ കാത്തിരുന്ന് മുഷിഞ്ഞുവോ?"

അവളുടെ മൗനത്തെ നോവിക്കാതെ രാജാവ് തുടർന്നു:

"സംയമനത്തിന്റെ കാലം കഴിഞ്ഞു. ഇന്ന് നമ്മുടെ സംഗമസുദിനമാണ്... എന്റെ മനസ്സ് പറയുന്നു ഭവതിയുടെ കുലാചാരം നിർദേശിച്ച ഈ നിഷ്ക്കർഷ അതിന്റെ പവിത്രത എന്റെ പട്ടമഹിഷീപദത്തിലേക്ക് ചിത്രലേഖയെ എത്തിക്കുന്ന ഏറ്റവും അനുയോജ്യമായ ചവിട്ടുപടികൾതന്നെയായിതീരുന്നുവെന്ന്."

അവളുടെ തനു തളർന്നു.

അവൾ മുഖം പൊത്തി:

"അയ്യോ രാജൻ... ഞാനിതിനർഹയല്ല ഒരിക്കലും... എന്നെ ശിക്ഷിക്കരുതേ.'

"എന്ത്... എന്തിനാണ് ഭവതി ഭയക്കുന്നത്?... രാജപത്നീപദം അത്ര ഭീതിദമാണോ?"

ദിലീപന്റെ ചിരി അലകളായി അവളെ പൊതിഞ്ഞു.

ചിത്രലേഖയുടെ മനസ്സോ?

പുതിയ കള്ളങ്ങളുടെ കോട്ടകെട്ടാൻ കല്ലുകൾ പരതുകയാണ്. ഒരു വഴുവഴുത്ത കല്ലിലവളുടെ വിറയ്ക്കുന്ന വിരലുകൾ തട്ടി.

“അതേ... പ്രഭോ ഞാൻ ഭീതിദയാണ്.”

“എന്തുകൊണ്ട്?”

“ഞാനും തോഴിയും തിരസ്ക്കരിച്ച അംഗരാജ്യവും അംഗരാജാവും ഇന്നും എന്നെ ഭീതിദയാക്കുന്നുണ്ട്. അംഗന്റെ കൊട്ടാരം വിട്ടുപോയ നർത്തകി അങ്ങയുടെ കൊട്ടാരം നർത്തകിയായി എന്ന വാർത്ത തന്നെ അദ്ദേഹത്തെ കോപാക്രാന്തനാക്കിയിട്ടുണ്ട്... എന്റെ കുടുംബം ഇന്നും ഭീതിയിൽ കഴിയുന്നു എന്നാണറിയുന്നത്.”

ദിലീപന്റെ ശൃംഗാരഭാവം ചിന്താധീനതയിൽ ഗൗരവഭാവമാർന്നു. അറയുടെ കിളിവാതിലിന് പുറത്തേക്ക് രാജാവിന്റെ മിഴികൾ നീണ്ടു:

“അതെ... അംഗൻ... ഹൃദയപാത്രത്തിൽ നീട്ടുന്ന സ്നേഹ പാനീയം കാണാൻ കഴിയാത്ത അധികാരാന്ധൻ... എത്രവട്ടം സമാധാനത്തിന്റെ തിട്ടൂരങ്ങൾ ഞാൻ കൊടുത്തയച്ചു. എത്ര സന്ധി സംഭാഷണങ്ങൾ നടത്തി... അംഗന്റെ ജന്മദിനങ്ങളിലും യുദ്ധജയങ്ങളിലും എത്ര പാരിതോഷികങ്ങൾ കൊടുത്തയച്ചു. എല്ലാം അദ്ദേഹം തിരസ്ക്കരിച്ചു. ശക്തിയാഗ്രഹിക്കുന്ന രാജാവ് തനിക്ക് സമമായിട്ടുള്ളവനോടും തന്നേക്കാൾ ശക്തിമാനോടും സന്ധി ചെയ്യണമെന്നും വണങ്ങിവീഴുന്നവനോട് സന്ധിചെയ്യാതിരുന്നാൽ പ്രകൃതിമണ്ഡലം പോലും വണങ്ങിയവന്റെ പക്ഷം പിടിക്കുമെന്നുമാണ് യുദ്ധനീതി... എന്നാൽ അംഗൻ ഞാൻ വണങ്ങിയിട്ടും എന്നെ ജയിക്കാൻ എന്നും ആയുധമൊരുക്കുകയും സൈന്യങ്ങളെ തീറ്റിപ്പോറ്റുകയുമാണ്. എന്റെ രാജ്യത്തോട് ചേർന്ന് ശാന്തിയുടെ ലോകം തീർക്കാൻ രാജാക്കന്മാർ നിരനിൽക്കുമ്പോൾ അവൻ കൂടുതൽ യുദ്ധാർത്ഥിയാവുന്നു. അവന്റെ രക്തത്തിൽ യുദ്ധക്കലി അലിഞ്ഞുചേർന്ന് അവനെ രാക്ഷസതുല്യനാക്കിയിരിക്കുന്നു.”

അംഗവർണ്ണനയിൽ അംഗൻ രാക്ഷസരൂപിയായി ചിത്രലേഖയ്ക്കു മുന്നിൽ മാനം മുട്ടി നിന്നു.

അവൾ കാളി. പ്രേതബാധിതയെപ്പോലെ, എന്നാൽ പ്രത്യാശയുടെ ഒരു വള്ളിത്തുമ്പിൽ തൂങ്ങി അവൾ ചോദിച്ചു:

“എങ്കിലും അംഗൻ എന്നും പടതോറ്റിട്ടല്ലേയുള്ളൂ?”

“പരിഹാസ്യമായ യുദ്ധതന്ത്രങ്ങൾ തോൽവിയുടെ കിരീടമല്ലേ അണിയൂ...? എന്നാൽ അതദ്ദേഹത്തെ മനസ്സിലാക്കിക്കൊടുക്കേണ്ട കാലം അതിക്രമിച്ചുകഴിഞ്ഞു... അവന്റെ അടുത്ത പട വരുന്നതിനു മുൻപ് അവനുമായി യുദ്ധം ചെയ്യാൻ ഞാൻ തീരുമാനിച്ചിരിക്കുന്നു.”

"അയ്യോ വേണ്ട രാജൻ. സംയമനത്തിലധിഷ്ഠിതമായ അങ്ങയുടെ യുദ്ധനീതി നിലനിൽക്കട്ടെ... അംഗൻ ഇങ്ങോട്ടാക്രമിക്കുന്നപക്ഷം പോരെ ഒരു യുദ്ധം?"

"ചിലപ്പോൾ ആയിരം മനുഷ്യരെ കൊല്ലാൻ ഒരു മുൾമുനയിലെ ഇത്തിരി വിഷം പോരും... വിഷം മാത്രം വമിപ്പിക്കുന്ന അംഗന്റെ ചതി എങ്ങിനെയെല്ലാമെന്ന് പറയാൻ പറ്റില്ല. അതിനിരയാവുന്ന പക്ഷം-"

"വേണ്ട പറയരുതേ"

ചിത്രലേഖ ദിലീപന്റെ ചുണ്ടുകൾ പൊത്തി.

"അങ്ങയുടെ പ്രേമം എന്നും നിലനിൽക്കണം."

"എങ്കിലും അംഗനുമായുള്ള യുദ്ധം നാം തീരുമാനിച്ചുകഴിഞ്ഞു."

"എങ്കിൽ... എങ്കിൽ..."

"ചിത്രലേഖ എന്താണ് ഭയപ്പെടുന്നത്?"

"അംഗന്റെ ചതികൾതന്നെ രാജൻ... അംഗനെ ജയിക്കാൻ എനിക്കറിയാവുന്നതെല്ലാം ഞാൻ പറയാം."

"ചിത്രലേഖയ്ക്ക് അംഗരാജാവിന്റെ യുദ്ധതന്ത്രങ്ങളെക്കുറിച്ച് എന്തറിയാം?"

ചിത്രലേഖ മൗനിയായി.

താൻ പിടിക്കപ്പെടുകയാണോ?

എല്ലാം തുറന്നുപറഞ്ഞ് ആ കാൽക്കൽ വീഴണമോ?

ഈ ശിരസ്സിനി നഷ്ടമായാൽത്തന്നെയെന്ത്, ഇതുവരെ നൽകിയ ഈ അംഗീകാരവും പ്രേമാനുഭൂതിയും തന്റെ വിഷജന്മസാക്ഷാത്ക്കാരത്തിന് ധാരാളം!

പക്ഷേ കഴിയുന്നില്ലല്ലോ?

വീണ്ടും കള്ളങ്ങളുടെ കരുക്കളാണല്ലോ തേടുന്നത്?

"കൊട്ടാരം നർത്തകിയായിരുന്ന കാലത്ത് താതൻവഴി ഞാനറിഞ്ഞ കൊട്ടാരശാസ്ത്രമാണ് ഞാൻ വെളിപ്പെടുത്തുന്നത് രാജൻ."

"പറയൂ..."

അവൾ, ദിലീപന്റെ കൊട്ടാരശാസ്ത്രവും പ്രതിരോധതന്ത്രങ്ങളും എപ്രകാരമാണ് അംഗരാജന്റേതിൽ നിന്നും വ്യത്യസ്തമാവുന്നതെന്ന് മനസ്സിലാക്കി അറിയിക്കാനായി അംഗന്റെ സേനാപതിയും മന്ത്രിയും

അവളെ പഠിപ്പിച്ച രഹസ്യങ്ങൾ ആ കാതുകളിലേക്ക് ചൊരിഞ്ഞു. അംഗന്റെ കൊട്ടാരത്തിലേക്കുള്ള ഗൂഢമാർഗങ്ങൾ വെളിപ്പെടുത്തി.

"അങ്ങ് കേൾക്കൂ... അതിദുഷ്ക്കരമായ മാർഗങ്ങളിലൂടെ സഞ്ചരിക്കണം അംഗന്റെ കൊട്ടാരത്തിനുള്ളിലെത്താൻ... പരമർമ്മവും മായാഗതവും അന്തരചക്രവുമറിയുന്ന കാപടികരും സത്രികളുമായ ഗൂഢപുരുഷന്മാരുടെ കണ്ണുകൾ വെട്ടിക്കാൻ അങ്ങ് ശ്രമപ്പെടേണ്ടിവരും. അങ്ങയുടെ കാരുണ്യം പാതയോരത്തെ പരമദരിദ്രയും വിധവയുമായൊരു ബ്രാഹ്മണസ്ത്രീയിൽ ചൊരിയുമ്പോൾ അതൊരു ഭിക്ഷുകിയായ ചാരസ്ത്രീയെന്ന് അങ്ങെങ്ങിനെ തിരിച്ചറിയും? നഗരരക്ഷകൾ കടന്നതും അശ്വഹസ്തരഥപദാദികൾ കാവൽനിൽക്കുന്ന കോട്ടയുടെ ചുറ്റുമുള്ള കിടങ്ങിന്റെ പുറംഭാഗത്ത് മുട്ടുമുറിക്കുന്ന മരയാണികളും കൂടങ്ങളും കിണറുകളുമുണ്ട്. പുല്ലുമൂടിയ കുഴികളും ഇരുമ്പുമുൾക്കയറുകളും ഇരുമ്പിന്റെ പാമ്പെല്ലുകളും നായ്പ്പല്ലുകളും ചളിക്കുണ്ടുകളുമുണ്ട് രാജൻ... ചൈത്യദേവതമാരുടെ പ്രതിമകൾ നിലവറ വാതിൽമുട്ടി നിൽക്കുന്ന അനേകം തുരങ്കമാർഗ്ഗങ്ങളുള്ള ഭൂമിഗൃഹത്തിലാണവന്റെ വാസഗൃഹം... യാത്രാബന്ധനമുള്ള ഉയർന്ന സുഷിരസ്തംഭങ്ങളുള്ള പ്രാസാദത്തിനും നടുവിലുള്ള അവന്റെ അന്തപ്പുരം മാനുഷാഗ്നികൊണ്ട് ഉഴിഞ്ഞിരിക്കുന്നു. വൈദ്യനും പാചകനും രുചിച്ചുനോക്കാതെ ഒരു പാനീയവും അംഗൻ കഴിക്കില്ല. എഴുപത് പടയാളികളും പടത്തലവൻമാരുമില്ലാതെ അയാൾക്ക് ഉത്സവമോ വിനോദയാത്രയോ ഇല്ല."

ദിലീപന്റെ കരങ്ങൾ ചിത്രലേഖയുടെ തോളിൽ പതിഞ്ഞു. രാജാവ് പുഞ്ചിരിച്ചു:

"ഭവതി സ്നേഹപാരവശ്യത്താൽ എന്റെ പ്രാണനെ ചിറകൊടിഞ്ഞൊരു പക്ഷിയായി ഭാവന ചെയ്യുന്നു... ഇത് പ്രകൃതിപരമാവാം... സ്ത്രീയിൽ പ്രേമം ജനിപ്പിക്കാൻ പുരുഷന്റെ ധൈര്യവും കലാചാതുര്യവും കാരണമാവുന്നു. പ്രേമത്തിൽ ലയിച്ചാലോ... അവന്റെ കഴിവുകളെ വിസ്മരിക്കുകയും അവൻ സാധാരണമനുഷ്യനെപ്പോലെ നിരന്തരം തന്നെ പ്രേമിക്കുന്ന കാമുകൻ മാത്രമാവണമെന്ന് ശഠിക്കുകയും ചെയ്യുന്നു. അങ്ങിനെ നിരന്തരം ധരിപ്പിക്കപ്പെടുന്ന പുരുഷനാവട്ടെ പ്രേമാഗ്നിയിൽ തന്റെ മറ്റു കഴിവുകളെ മറന്നുപോവുന്നു. ഉത്ഥാനം ചെയ്ത രാജാവിന് ഈ സ്മൃതിഭ്രംശം വരികയില്ല... ചിത്രലേഖേ... ഭവതിയുടെ വർണ്ണനയിലൂടെ അംഗന്റെ കോട്ടയിലേക്കുള്ള മാർഗങ്ങൾ അതിഭീകരവും അരോചകവുമായിരിക്കുന്നു..."

"ധീരനെങ്കിലും അങ്ങയുടെ കാലിടറിക്കുവാൻ ഇതിലുമേറെ ചതിക്കുഴികൾ അംഗൻ പണിതിരിക്കുമെന്ന് ഞാൻ ഭയപ്പെടുന്നു."

ദിലീപന്റെ ചുണ്ടിൽ പുഞ്ചിരിയുടെ മത്താപ്പൂ കത്തി.

"കാലിടറുകയോ?... ആ മഹത്തായ കോട്ടക്കുള്ളിലെ ഭീരുവായ ഒരു കോമാളിയുടെ ചിത്രമാണ് ചിത്രലേഖ വരച്ചിടുന്നത്... ഉത്ഥാനം ചെയ്യാത്ത രാജാവ് ദേശത്തിന്റെ വരവിനെ ഹനിക്കുമെന്നത് എത്ര സത്യം... അംഗന്റെ രാജഭണ്ഡാരത്തിലേറെയും അദ്ദേഹത്തിന്റെ ഭീരുത്വത്തിന് ചുറ്റും രക്ഷാവലയം തീർക്കാൻ ചെലവഴിച്ചിരിക്കുന്നു. അപ്പോൾ പ്രജയുടെ കാര്യം എത്ര കഷ്ടതരമായിരിക്കും... ശത്രു ചതിക്കുഴിയിൽ വീഴാതെയും മുള്ളാണികളിൽകുത്തി മുറിയാതെയും ചാടിക്കടക്കുന്നപക്ഷം ആ യന്ത്രങ്ങളുടെ നിർമ്മാണചെലവ് വ്യർത്ഥം... തന്ത്രമറിയുന്ന രാജാവിന് അവന്റെ മുന്നിലെത്താൻ പവനുകൾ ചെലവഴിച്ചുനിർമ്മിച്ച ഒരു ചതിക്കുഴിയും ഉപയോഗിക്കേണ്ടതില്ല... ഭടൻമാർക്ക് പരിക്കുപറ്റാതിരിക്കാൻ ലോഹജാലികകളും കുറഞ്ഞ പടയെ നിറഞ്ഞ പടയായും തീയില്ലാത്തിടത്ത് തീയുള്ളതായും ശത്രുവിനെ ഭ്രമിപ്പിക്കുന്ന ഐന്ദ്രജാലികോപകരണങ്ങളും സ്വന്തമായുള്ള എനിക്ക് മനുഷ്യരായ പടയാളികളെ നോവിക്കാതെയും ഒരു കുതിരയെപോലും കൊല്ലാതെയും മുന്നേറാം... കാരണം എന്റെ പടയാളിയെ മാത്രമല്ല ശത്രുവിന്റെ പടയാളിയേയും പ്രജയായി കാണുന്നവനാണ് ഞാൻ..."

ദിലീപൻ ഒരുമാത്രയ്ക്കുശേഷം തുടർന്നു:

"ചിത്രലേഖ ധൈര്യമായിരിക്കു... ഞാൻ അംഗരാജ്യത്തേക്ക് പുറപ്പെടുകയാണ്... ഞങ്ങളിൽ ആര് വണങ്ങിയാലും സന്ധി ചെയ്യുമെങ്കിൽ നമുക്ക് ശാന്തി കൈവരും... അഥവാ അംഗരാജ്യത്തുവെച്ച് എന്റെ മരണം സംഭവിക്കുന്നുവെങ്കിൽ ഭവതിയുടെ ശിഷ്ടജീവിതം അശരണമാകാതിരിക്കാൻ വേണ്ടതെല്ലാം ചെയ്യാൻ മടങ്ങിവരുന്ന അമാത്യരോട് ഞാൻ നിർദേശിക്കാം..."

ചിത്രലേഖ പെട്ടെന്ന് കൈനീട്ടി ദിലീപന്റെ ചുണ്ടുകൾ മൂടാൻ തുനിഞ്ഞു. ഭയാക്രാന്തയായവൾ കൈ പിൻവലിച്ചു.

ഈ വിരൽത്തുമ്പിൽനിന്നും വിഷധൂളികൾ ഇറ്റിവീണാൽ...?

"അങ്ങ് അശുഭമായത് പറയാതിരിക്കൂ... അംഗന്റെ തോൽവിയുടെ ചരിത്രം ആവർത്തിക്കപ്പെടുമെന്നതാണ് സത്യം."

"അങ്ങിനെയെങ്കിൽ ഭവതിയെക്കുറിച്ചുള്ള മനോരാജ്യം എന്റെ യുദ്ധതന്ത്രങ്ങളെ കൂടുതൽ ഊർജ്ജസ്വലമാക്കും... ഞാൻ പുറപ്പെടുകയാണ്..."

ദിലീപൻ അംഗരാജ്യത്തേക്ക് തിരിച്ചു.

അമാത്യരും രാജോപജീവികളും ഹസ്തമുഖ്യരും രഥമുഖ്യരും അശ്വമുഖ്യരുമടങ്ങിയ സേനാവ്യൂഹം രാജാവിനെ അനുഗമിച്ചു.

പതിമൂന്ന്

ചിത്രലേഖ മനോഗതം ചെയ്തു:

അംഗന്റെ പള്ളിയറയിലേക്കുള്ള ഗൂഢമാർഗങ്ങളും രക്ഷാമാർഗങ്ങളും ഗ്രഹിച്ച ദിലീപൻ തീർച്ചയായും അംഗനെ കീഴടക്കും!

എന്നാൽ അംഗരാജാവ് നശിപ്പിക്കപ്പെട്ടാലും താൻ രക്ഷിക്കപ്പെടുമോ?

വിഷകന്യകയായ തനിക്ക് ദിലീപനുമായുള്ള സംഗമനിമിഷങ്ങൾ അദ്ദേഹം മടങ്ങിവരുന്നതുവരെ നീട്ടാമെന്നല്ലാതെ മറ്റെന്തു പ്രതീക്ഷ? എല്ലാ രഹസ്യവും തുറന്നുപറയാനുള്ള നിമിഷം കൂടിയാവുമത്!

അതെ. തന്റെ ശിരസറുക്കുന്നതിന് മുൻപ് അംഗനെ കീഴടക്കാനുള്ള സഹായം നൽകിയ കൃതാർത്ഥത ഹൃദയത്തിൽ നിറച്ച് പ്രാണൻ വെടിയാം. അതുവരെ ദിലീപൻ നൽകിയ സ്നേഹസ്മൃതി ദേഹരഹിതമായ ഒരു ദേഹിയുണ്ടെങ്കിൽ അതിൽ കൊണ്ടുനടക്കാം!

ആ രാജഖഡ്ഗം ശിരസ്സിൽ വീഴുന്നതിന് മുൻപ് ഒരു സത്യം തനിക്ക് വിളിച്ചുപറയണം:

–മഹാരാജൻ, ഞാൻ കപടമായി അങ്ങയെ സ്നേഹിക്കണമെന്ന് അംഗൻ കൽപിച്ചു.

–എന്നാൽ, ഞാനങ്ങയെ സത്യമായി സ്നേഹിച്ചു!

–അങ്ങയുടെ സ്നേഹം എന്റെ കാപട്യത്തെ തുടച്ച് എന്നെ ശുദ്ധമനസ്ക്കയാക്കി. ശുദ്ധമനസ്സിന് നിലനിൽക്കാൻ ഒരു ശുദ്ധശരീരമില്ലാത്തതിനാൽ ഞാനീ മരണം ഏറ്റുവാങ്ങുന്നു.

എന്റെ ശിരസ്സറുക്കുക!

ഈ കർമ്മബന്ധനങ്ങളിൽനിന്നും എന്നെ മുക്തയാക്കുക!

അതെ... അതുമാത്രമാണ് പോംവഴി!

അംഗന്റെ കൊട്ടാരംവൈദ്യൻ നൽകിയ ആദ്യമരണത്തിനു ശേഷം അവൾ വീണ്ടും മരണത്തിന് തയാറായി. ശയ്യയിൽ കിടന്നു. പരിചാരിക നൽകിയ പഴച്ചാറൊഴികെ അവൾ മറ്റൊന്നും കഴിച്ചില്ല.

വെറും ഏഴുദിനങ്ങൾ.

കനക ആ വാർത്ത അവളുടെ കാതിലേക്കിറ്റിച്ചു.

“ചിത്രലേഖേ... രാജാവും സൈന്യവും മടങ്ങിവന്നിരിക്കുന്നു... ഇന്ന് ദർബാർഹാളിൽ സഭ കൂടുന്നുവത്രേ...”

അവൾ പിടഞ്ഞെടുന്നേറ്റു.

“അംഗൻ?”

“ആർക്കറിയാം എന്താണ് സംഭവിച്ചതെന്ന്... പക്ഷേ ദിലീപരാജാവ് ജയിക്കാതെ വരില്ലല്ലോ?”

അറവാതിൽ നിരങ്ങി.

പരിചാരിക മുഖം കാണിച്ചു:

“ചിത്രലേഖയും കനകയും രാജസഭയിലെത്താൻ ആളയച്ചിരിക്കുന്നു.”

ചിത്രലേഖയും തോഴിയും പരസ്പരം കണ്ണയച്ചു. അവർ പുറത്തേക്കിറങ്ങി. മുഖ്യകവാടത്തിൽ രാജഭടൻ കാത്തുനിൽക്കുന്നു. അവർ മഹാപഥത്തിലൂടെ രാജവാസ്തുനിവേശം ലക്ഷ്യമാക്കി നടന്നു.

ചിത്രലേഖയുടെ മനസ്സിൽ അസ്വസ്ഥതയുടെ കരിനാഗമിഴയുന്നു.

ഒരാഴ്ചയുടെ വിയോഗം തന്നിൽ വിതച്ച വിരഹതാപം ദിലീപനുമുണ്ടാവേണ്ടതാണ്. പക്ഷേ, തന്റെ വാസഗൃഹത്തിലേക്കെത്താതെ എന്തിനാണദ്ദേഹം കൊട്ടാരത്തിലേക്ക് വിളിപ്പിക്കുന്നത്?

കനക അവളുടെ അസ്വസ്ഥതയുടെ കാളിമ നീക്കാൻ ശ്രമിച്ചു:

“യുദ്ധജയമാഘോഷിക്കാൻ ഒരുപക്ഷേ നിന്റെ നൃത്തസംഗീതവിരുന്ന് ആവശ്യപ്പെടാനാവാം.'

അതൊരു സാധ്യതയായി അവരിൽ കുമിഞ്ഞു. അന്തപ്പുരരക്ഷകസൈന്യവ്യൂഹത്തേയും കടന്ന് അവർ ദർബാർ ഹാളിലെ ഉപസ്ഥാനത്തിലേക്ക് നീങ്ങി.

പൗരനിബിഡമാണ് സഭാതലം. മന്ത്രിമുഖ്യനും സേനാപതിയും കൊട്ടാരംവൈദ്യനും സാമന്തരാജാക്കൻമാർവരെയും സ്വസ്ഥാനങ്ങളിൽ ഉപവിഷ്ടരായിരിക്കുന്നു.

ഭടൻമാർ ചിത്രലേഖയേയും കനകയേയും രാജമേടയ്ക്കു മുന്നിലെ നടുത്തളത്തിലേക്കാനയിച്ചു.

മുഖവിരിക്കിടയിലൂടെ ചിത്രലേഖ കണ്ടു.

സിംഹാസനത്തിൽ എല്ലാ രാജകീയ വേഷവും ചിഹ്നങ്ങളുമായി കുരുവംശരാജാവായ ദിലീപൻ.

മുഖത്ത് നിർമ്മമത്വം. ചുണ്ടിൽ പരിപക്വമായ മന്ദഹാസം!

കർണാഭരണങ്ങൾക്കും രത്നകിരീടത്തിനുമിടയിൽ ആ മുഖബിംബം മറ്റൊരു ജ്വലിക്കുന്ന സൂര്യനാവുന്നു.

രാജാവ് മേടയിൽനിന്നിറങ്ങി. ചിത്രലേഖയുടെ മുന്നിലേക്കെത്തി.

"ഭവതി ആഗ്രഹിച്ചതുപോലെ അത് സംഭവിച്ചു. ഞാൻ യുദ്ധം ജയിച്ചിരിക്കുന്നു."

ചിത്രലേഖയുടെ തൊണ്ടയിൽ ശബ്ദമത്സ്യങ്ങൾ ജലരഹിതമായി പിടഞ്ഞു. നിറഞ്ഞ സഭ അവളെ തുച്ഛബോധത്തിലേക്കാഴ്ത്തി.

രാജാവ് സേനാപതിയെ നോക്കി.

സേനാപതി പടയാളികൾക്ക് മുദ്രകാട്ടി.

നടുത്തളത്തിലേക്കു തുറന്ന ദ്വാരത്തിലൂടെ ഭടൻമാർക്ക് മുന്നിലായി ദിലീപനെതിരെ അവർ വന്നുനിരന്നു.

ഭീതിദമായ ഉച്ഛ്വാസങ്ങളുടെ ദ്രുതമർദത്തിൽ മുഖപടം വിറച്ചുമാറവേ ചിത്രലേഖ കണ്ടു.

ഒരു ഞൊടികൊണ്ടവൾ തന്റെ ജൻമദേശത്ത്, അംഗരാജാവിന്റെ കൊട്ടാരത്തിൽ പറന്നുവീണ പ്രതീതിയായി.

ദിലീപനുമുന്നിൽ മുഖം കുനിച്ചുനിൽക്കുന്ന അംഗരാജാവ്!

ഒരുവശം നിർവികാരനും നിർമ്മമനുമായി, ദേശരക്ഷക്കായി തനിക്ക് വിഷജന്മം ഉപദേശിച്ച അംഗന്റെ കൊട്ടാരംപണ്ഡിതൻ.

മറുവശം അംഗന്റെ കൊട്ടാരശാസ്ത്രവും രക്ഷാമാർഗങ്ങളും തന്നെ പഠിപ്പിച്ച മന്ത്രിമുഖ്യനും സേനാപതിയും.

പിന്നെയോ, തന്റെ രക്തസിരകളിൽ വിഷാണുക്കളെ നിറച്ച് തന്നെ വിഷകന്യയായി മാറ്റിയ അംഗന്റെ കൊട്ടാരംവൈദ്യൻ.

അവർ പരിക്ഷീണിതർ.

അംഗന്റെ മിഴികളിൽ പകയുടെ കനലമർന്ന ചാരക്കുമിള!

എന്നാലവന്റെ ശിരസ്സിലപ്പോഴും രത്നകിരീടം!

അരപ്പട്ടയിലെ തോലുറയിൽ വാളും!

പരാജിതനായ രാജാവിന്റെ രൂപം ഇങ്ങിനെയോ?

ജയിച്ച രാജാവ് പറിച്ചെറിയേണ്ട കിരീടം?

അംഗന്റെ മിഴികൾ ഒരിക്കൽ മാത്രം ചിത്രലേഖയെ ഉഴിഞ്ഞുതാഴ്ന്നു.

ദിലീപരാജാവ് അംഗനെയും കൂട്ടാളികളെയും ചൂണ്ടി.

"ഇവരെ ഭവതി ഓർക്കുന്നുണ്ടാവുമോ?"

ചിത്രലേഖ മുഖം താഴ്ത്തി.

ദിലീപൻ അംഗനുനേരെ തിരിഞ്ഞു:

"അംഗരാജാവേ താങ്കൾ മ്ലാനവദനായതെന്ത്?"

അംഗന്റെ പതുങ്ങിയ വാക്കുകൾ മുറിഞ്ഞുവീണു:

"ദിലീപൻ... അങ്ങ് വീണ്ടും ജയിച്ചിരിക്കുന്നു... എന്നാൽ സർവം നഷ്ടമായി അങ്ങയുടെ തടങ്കൽപാളയത്തിലെത്തിയ ഞങ്ങളെ അപഹസിച്ചു നിന്ദിക്കുന്നത് നിർത്തിയാലും."

"അംഗരാജാവേ... വിജയാപജയങ്ങളുടെ സുഖാസുഖം കേവലം മനോകൽപിതം മാത്രമാണ്. ഞാൻ ധർമ്മവിജയിയാണ്...

ലോഭവിജയിയോ ആസുരവിജയിയോ അല്ല... അങ്ങെന്നോട്... വണങ്ങിയവനുമല്ല... തളരുംവരെ പോരാടിയ ശക്തനാണ്. അങ്ങയുടെ ശിരസിൽ കിരീടവും ഉറയിൽ വാളും ഇപ്പോഴുമുണ്ട്."

'ജയിച്ചവന്റെ രാജസഭയിൽ പരാജിതനു നൽകുന്ന കോമാളി വേഷമല്ലേ ഇത്... അങ്ങയുടെ പാളയത്തിലെത്തിയിട്ടും ഇതഴിച്ചു വാങ്ങാത്തത് പടതോറ്റവനുള്ള ശിക്ഷയുമല്ലെ?'

'എവിടെയും ഞാൻ വെട്ടിപ്പിടിക്കാൻ പട നയിച്ചിട്ടില്ല അംഗൻ."

ദിലീപൻ സ്വന്തം സഭയിലെ അധ്യക്ഷനെ നോക്കി:

"അധ്യക്ഷരേ... നമ്മുടെ നിബന്ധപുസ്തകം കൊണ്ടുവരൂ..."

അധ്യക്ഷൻ സമർപ്പിച്ച തടിച്ച ഗ്രന്ഥം നിവർത്തി അംഗന് നേരെ ദിലീപൻ നീട്ടി:

"അങ്ങിത് ശ്രദ്ധിച്ചാലും... ആയവ്യയങ്ങൾക്കും ആധമർണ്യരേഖകൾക്കുമൊട്ടുവിൽ അങ്ങ് പരാജിതരെന്നെണ്ണുന്ന രാജാക്കൻമാർ സ്വമേധയാ തിരഞ്ഞെടുത്ത സമാധാന ഉടമ്പടി ഇതിലുണ്ട്. ഇതിൽ വിക്രമദാനത്തിന്റെ പേജുകൾ ശൂന്യവും സന്ധിപ്രദാനത്തിന്റെ പേജുകൾ നിറഞ്ഞുമിരിക്കുന്നു. അവർക്ക് ഞാൻ രാജ്യങ്ങൾ തിരിച്ചു കൊടുക്കുന്നു. അവരെനിക്ക് സ്വമേധയാ കപ്പം തരികയും ചെയ്യുന്നു... അംഗനും സ്വതന്ത്രനാണ്. ഞാൻ കീഴടക്കിയതായി അങ്ങ് ശങ്കിക്കുന്ന അങ്ങയുടെ രാജ്യവും ഭണ്ഡാരവും അങ്ങയുടേത് മാത്രമാണ്.

അംഗന്റെ മിഴികൾ വിടർന്നു. മ്ലാനതയുടെ ചാരം പാറിയകന്നു. എന്നിട്ടും അവിശ്വസനീയതയുടെ പരൽമീനുകൾ ചെകിളതുറന്നു:

"അങ്ങ് പിന്നെ എന്തിന് യുദ്ധം ചെയ്യുന്നു ദിലീപൻ?"

മൗനനിബദ്ധമായ സഭാകർണങ്ങളിലേക്ക് കുരുവംശരാജാവിന്റെ വാക്കുകൾ പെയ്തു:

"അംഗനും എന്റെ രാജസംഭാംഗങ്ങളും സർവ രാജോപജീവികളും ഇത് കേൾക്കൂ... ഞാൻ യുദ്ധാർത്ഥിയല്ല. യുദ്ധം എന്റെ വിഷയമേയല്ല... ഞാൻ യുദ്ധത്തെ വെറുക്കുന്നു. ജനതയുടെ നിർഭയത്വവും മനഃശാന്തിയുമാണെന്റെ ലക്ഷ്യം... ഞാൻ പ്രജകൾക്കു നൽകുന്ന സൗഖ്യം ത്തുക്കിലേറ്റപ്പെടാൻ പോവുന്നതിന് മുൻപ് നൽകുന്ന തിരുവത്താഴമല്ല. കാരണം ശത്രു വിഷാസ്ത്രവും പിടിച്ച് അദൃശ്യനായി നിൽക്കുന്നിടത്തോളംകാലം ഒരു ജനതയ്ക്കും നിർഭയത്വവും മനഃസൗഖ്യവും സാധ്യമല്ല. നിർഭയമായ കലയും സാഹിത്യവും സാധ്യമല്ല... അതുകൊണ്ട് ഞാൻ വിഷത്തോടു മാത്രം യുദ്ധം ചെയ്യുന്നു. എന്നാൽ

ഞാൻ ചാതുർവർണ്യകാലത്തെ രാമനല്ല... അഞ്ചുപേർ ജയിക്കാൻ നൂറുപേരെ കൊല്ലിക്കുന്ന കൃഷ്ണനല്ല. കൊല എങ്ങിനെ പരമാവധി ഒഴിവാക്കാം എന്ന് നിരന്തരം അസ്വസ്ഥപ്പെടുന്ന യുദ്ധതന്ത്രമാണെന്റേത്... ഭടന്റെ ജീവഹാനിയിലൂടെ നേടുന്ന കിരീടവും ചെങ്കോലും എന്നെ ഭയചകിതനാക്കും... ആ കിരീടത്തിൽനിന്നും അമ്മമാരുടെ കണ്ണുനീരും പിഞ്ചുകുഞ്ഞുങ്ങളിടെ തേങ്ങലും പ്രിയതമമാരുടെ നിശ്വാസവും അടർന്നുവീണുകൊണ്ടേയിരിക്കും."

"ഒരു കാരുണ്യവാനെങ്ങിനെ അധികാരന്ധതയിൽ സമനില തെറ്റിയ ശത്രുവിനെ രക്തരഹിതമായി ജയിക്കും രാജൻ?"

"യഥോ ധർമ്മ സ്തതോ ജയ... ധർമ്മസൂര്യനെ മൂടുന്ന ചഞ്ചല മേഘങ്ങൾക്ക് പെയ്തൊഴിയാതെ വയ്യ... എന്നോടുകൂടിയ രാജാക്കൻമാർപോലും എന്റെ ശത്രുവിനെ വണങ്ങുന്നുവെങ്കിൽ പിന്നെ അവനാര് ശത്രുക്കൾ? എന്റെ പ്രജകളുടെ സൗഖ്യവും ശാന്തിയും അവന് തകർക്കാനാവുമോ?"

അധികാരാന്ധതയുടെ തിമിരമൊഴിഞ്ഞ അംഗന്റെ മിഴികൾ നനയുന്നു.

ആ കരങ്ങൾ കൂമ്പുന്നു:

"ദിലീപൻ... ഈ മിത്രരാജാവിന്റെ സന്ധിപ്രദാനം അംഗീകരിച്ച് എന്നേയും അങ്ങയുടെ സുഹൃത്താക്കൂ..."

രാജസഭയിൽ തിങ്ങിനിറഞ്ഞ മിത്രരാജാക്കളും രാജോപജീവികളും കൈകൾ പൊക്കിയാർത്തു:

"ദിലീപൻ... പടയോട്ടങ്ങളുടെ ആസുരവേഗങ്ങളിൽ അധികാരക്കലിനിറഞ്ഞ യുദ്ധപ്രചണ്ഡതയിൽ ഞങ്ങളുടെ നേത്രങ്ങളിൽ തമസ് നിറഞ്ഞിരുന്നു. അത് നീയകറ്റുന്നു. എന്നും എക്കാലവും അങ്ങയെയാണ് ഞങ്ങൾ കാത്തുകൊണ്ടിരുന്നത്... ജഗം മുഴുവൻ അങ്ങയുടെ രാജ്യം വരട്ടെ... അങ്ങയുടെ ഭരണം നിലനിൽക്കട്ടെ..."

കുരുവംശസാമ്രാട്ട് കൈകൾ കൂപ്പി.

"എന്നെ പുകഴ്ത്തരുത്... എന്നും നിർമ്മമനാകാനിച്ഛിക്കുന്ന എന്റെ ശിരസ്സിനുചുറ്റും വികാരത്തിന്റെ പ്രഭാവലയം തീർക്കരുത്... കാരണം ഞാനും നിങ്ങളെപ്പോലെ ശമ്പളംപറ്റി രാഷ്ട്രത്തിനു വേണ്ടി വേല ചെയ്യുന്നവനാണ്... നിങ്ങളോടുകൂടി വേണം എനിക്ക് എന്റെ രാജപദവി അനുഭവിക്കുവാൻ..."

ദിലീപൻ അംഗന്റെ ഇടതുഭാഗം നിന്ന യോഗിവര്യന്റെ മുന്നിലേത്തി.

അംഗന്റെ കൊട്ടാരംപണ്ഡിതനെ അദ്ദേഹം വണങ്ങി:

"പണ്ഡിതരേ... സഹസ്രാക്ഷനായ ഇന്ദ്രന്റെ സഹസ്രമിഴികൾ അദ്ദേഹത്തിന്റെ മന്ത്രിസഭയിലെ ആയിരം ഋഷിമാരത്രേ... ഋഷി തുല്യനായ അങ്ങയെ തടങ്കലിൽ പിടിച്ചത് മാപ്പാക്കിയാലും... എന്നാലോ അങ്ങ് നിർദേശിച്ച ഉപായങ്ങളിൽ പ്രലോഭിതനായി ഭരണനീതി മറക്കുന്നവനല്ല ഞാനെന്ന് അങ്ങയെ ബോധ്യപ്പെടു ത്തണമെന്നേ ആഗ്രഹിച്ചുള്ളൂ. കാരണം രാജാവ് പ്രമത്തനായാൽ പ്രജയും അപ്രകാരമാവുമെന്നും പ്രമത്തതയാൽ അവർ രാജാവിന്റെ കർമ്മങ്ങളെത്തന്നെ ഭക്ഷിക്കുമെന്നും അങ്ങിനെ രാജാവ് ശത്രുക്ക ളാൽ വഞ്ചിക്കപ്പെടുമെന്നുമുള്ള സത്യം അങ്ങേക്കറിയാമല്ലോ."

"മകനേ... യാഗവേദിയിൽ പൊൻകിരീയുടെ കഥപറഞ്ഞ് സ്വന്തം പിതാവിനെ കരുണാർദ്രനാക്കിയ നിന്നെ അനുഗ്രഹിപ്പാനേ എനിക്കാവൂ... എങ്കിലും ദിലീപൻ... അംഗന്റെ കൊട്ടാരത്തിലേക്കുള്ള അതിഘോരമായ ഗൂഢമാർഗങ്ങൾ ഹൃദിസ്ഥമാക്കിയ അങ്ങയുടെ തന്ത്രം എന്നെ അത്ഭുതപരതന്ത്രനാക്കിയിരിക്കുന്നു..."

ദിലീപൻ ഗൂഢസ്മിതം ചൊരിഞ്ഞു.

"അത് വളരെ ലളിതമാണ് പൺഡിതരേ..."

അദ്ദേഹം പെട്ടെന്ന് തിരിഞ്ഞ് വേഗതയിൽ ചിത്രലേഖക്കരികി ലെത്തി. അവളുടെ തണുത്തു തുടങ്ങിയ കരങ്ങൾ ഗ്രഹിച്ചു.

"വരൂ..."

സഭാതലം നിശബ്ദമായി. അക്ഷമവും ആകാംക്ഷാഭരിതവുമായി.

ചിത്രലേഖയുടെ മനസ്സുരുകി. ഇത്രനേരവും ഒരു നെയ്യന്തമായി അവൾ കത്തിക്കൊണ്ടിരിക്കുകയായിരുന്നു. അവളുടെ മനസ്സ് അവളെ കൈവിട്ടുപോയിരിക്കുന്നു.

ചിത്രലേഖയെ ദിലീപൻ അംഗന്റെ മുന്നിലേക്ക് നിർത്തി:

"അത് വളരെ ലളിതമായിരുന്നു... അംഗൻ... അതത്രയും ലളിത മാക്കിയതിന് അങ്ങാ വാളുയർത്തി ഇവളുടെ ശിരസ് ഛേദിക്കു..."

"ദിലീപൻ?"

അംഗന്റെ കണ്ണുകൾ തുറിച്ചു.

ദിലീപരാജൻ ഗൗരവപൂർവ്വം മന്ദഹസിച്ചു:

"അതെ അംഗരാജൻ... ഇവൾ നിങ്ങളെ വഞ്ചിച്ചു. ദേശരക്ഷ ക്കായി സ്വധർമ്മം പാലിക്കുന്നതിൽ ഇവൾ വീഴ്ചവരുത്തി... താങ്കൾ വിഷകേദാരമാക്കി മാറ്റിയ ഇവൾ വശ്യതന്ത്രങ്ങളാൽ എന്റെ

ഗൂഢമാർഗങ്ങളും കൊട്ടാരശസ്ത്രവുമറിഞ്ഞ് താങ്കളെ ധരിപ്പിക്കുവാനും എന്നെ സംയോഗത്തിലേക്ക് നയിച്ച് പ്രാണഹാനിവരുത്തി എന്റെ കോട്ടകൊത്തളങ്ങളിലേക്ക് അങ്ങയെ വരുത്തുവാനുമുള്ള ദൗത്യം നടത്തുന്നതിൽ ഇവൾ പരാജയപ്പെട്ടു. മറിച്ച് സ്വയം ഗൂഢപുരുഷ നായി ഞാനിവളെ വശീകരിക്കുകയും സംയോഗമില്ലാതെ തന്നെ അങ്ങയുടെ കൊട്ടാരരഹസ്യങ്ങളറിയുകയും അങ്ങയെ ജയിക്കുകയും ചെയ്തു... അതിനാൽ അങ്ങയുടെ ദൃഷ്ടിയിൽ ഇവൾ ശിക്ഷാർഹ യാണ്... ഇവളെ വധിക്കൂ."

പടയാളിമുഖ്യൻ ചിത്രലേഖയെ അംഗന് മുന്നിലേക്കുനീക്കി. ചിത്രലേഖ ദിലീപന്റെ കാൽക്കൽ പതിഞ്ഞു. അവളുടെ മനസ്സിൽ ഒരു കാടിളകി. വൃത്തത്തിനുള്ളിൽനിന്നും ഒരു മാൻ തലകുടഞ്ഞ്, കൈകൾ നിവർത്തി.

ചിത്രലേഖ കൈകൾ കൂപ്പി:

"എന്റെ പ്രേമം ധന്യമായിരിക്കുന്നു... എന്റെ ജീവിതവും... ഇത് എന്റെ പാപത്തിന് തികച്ചും അർഹമായ ശിക്ഷതന്നെ... എങ്കിലും കുരുവംശാധിപാ... അങ്ങയെ നിഷ്കളങ്കമായി സ്നേഹിച്ച കുറ്റത്തിന് അങ്ങയുടെ വാൾകൊണ്ടെന്റെ ശിരസറുക്കാൻ ദയവു കാണിക്കൂ..."

ദിലീപൻ മന്ദഹസിച്ചു.

മന്ദഹാസം ഒരു വാൾ മുനത്തിളക്കമായി രാജസഭയെ മൗനത്തി ലാഴ്ത്തി.

അദ്ദേഹം അംഗനുനേരെ തിരിഞ്ഞു:

"ദേശപ്രേമം മറന്ന് സ്വാർത്ഥപ്രേമത്തിൽ വഴുതിവീണ കുറ്റത്തിന് ശിക്ഷ നൽകേണ്ടത് അംഗരാജാവാകുന്നു... അംഗൻ അങ്ങയുടെ ശിക്ഷാവിധി നടപ്പിലാക്കിയാലും... ആ വാൾ ഉറയിൽനിന്നെടുത്താ ലും..."

അംഗശിരസ് താഴ്ന്നു.

ഉറയിൽ വാൾ നിശ്ചലം കിടന്നു.

"എനിക്കതിന് കഴിയുന്നില്ല ദിലീപരാജൻ... രഹസ്യങ്ങളറി ഞ്ഞ ശേഷം ചിത്രലേഖയെ നിഷ്ക്കരുണം വധിക്കാതെ അവളെ നിയോഗിച്ച ശത്രുവിന് മുന്നിലെത്തിച്ച് ചാരധർമ്മലംഘനത്തിന് ശിക്ഷാവിധി നടത്താൻ കൽപിക്കുന്ന അങ്ങയുടെ രാജനീതിയെ വണങ്ങുന്ന ഞാൻ... അങ്ങയെ ഉൻമൂലനം ചെയ്യാൻ ശ്രമിച്ച

എന്നോട് താങ്കൾ ക്ഷമിച്ചുവെങ്കിൽ ഒരു പാവം സ്ത്രീയോട് ഞാൻ ക്ഷമിക്കാതിരിക്കുന്നതെങ്ങിനെ ദിലീപൻ?"

ദിലീപന്റെ കരങ്ങൾ അംഗരാജാവിനുനേരെ നീണ്ടു. ഊഷ്മളമായൊരു ഹസ്തദാനത്തിനുശേഷം ദിലീപൻ പറഞ്ഞു.

"ഇപ്പോൾ അങ്ങ് എന്നിലേക്ക് വന്നിരിക്കുന്നു. അഥവാ അങ്ങ് കോപാന്ധതയിൽ ഇവളെ വധിക്കാൻ ശ്രമിച്ചിരുന്നുവെങ്കിൽ ആ വാൾതട്ടിമാറ്റി എനിക്കിവളെ രക്ഷിക്കേണ്ടി വരുമായിരുന്നു അംഗൻ..."

അംഗനയനങ്ങൾ അത്ഭുതത്താൽ വിടർന്നു.

ചിത്രലേഖ അവിശ്വസനീയതയുടെ കാട്ടിലലഞ്ഞു.

അംഗൻ പുരികം ചുളിച്ചു:

"അങ്ങ് പറയുന്നത്...?"

"അതെ... അതിനുള്ള ഉത്തരം അങ്ങ് തന്നെ പറഞ്ഞുകഴിഞ്ഞു. സാധുവായ സ്ത്രീ. പ്രജ... നമ്മുടെ രാജഭണ്ഡാരത്തെ സമ്പുഷ്ടമാക്കി നമ്മെ പോറ്റുന്ന പ്രജകോടികളിലൊരാൾ... ഈ സ്ത്രീയോട് വാസ്തവത്തിൽ താങ്കളാണ് തെറ്റ് ചെയ്തിരിക്കുന്നത്... കൊടിയ അപരാധം... ഒരു ദേവദാസിയിലേക്കുള്ള കുലധർമ്മത്തിൽനിന്ന് ഇവളെ ആട്ടിയോടിച്ചതിനപ്പുറം പ്രകൃതിപരമായി ഒരു സ്ത്രീയായി ജീവിച്ചുമരിക്കാനുള്ള എല്ലാ സാധ്യതകളേയും അങ്ങിവളിൽനിന്നും പറിച്ചെടുത്തു. രാജശാസനയുടെ ഖഡ്ഗത്താൽ അങ്ങ് ജയിച്ചാലും ഞാൻ ജയിച്ചാലും ഈ സാധുജീവിക്കിനിയെന്ത് ജീവിതം?... ഇവൾ വിഷകന്യകയാവുന്നു. ഇവളുടെ ഒരു ചുംബനത്തിന്റെ ഉമിനീർസ്പർശം മതി ഏത് മനുഷ്യനും മൃതിയടയാൻ... അങ്ങിനെ നിരപരാധമായ ഒരു കൊലയാളിശരീരത്തിനുള്ളിൽ കളങ്കമില്ലാത്ത മനസ്സുമായി ജീവിക്കാൻ അങ്ങിവളെ വിധിച്ചതിനാൽ ഇവളെ വധിക്കാൻ അങ്ങേക്കർഹതയില്ലല്ലോ അംഗൻ?"

"അതെ ദിലീപൻ... അങ്ങെന്റെ കണ്ണുതുറന്നു. ഒരുപക്ഷേ എന്നെ വധിക്കാൻ ഇവൾക്കർഹതയുണ്ടെന്ന തിരിച്ചറിവിലേക്ക് ഞാനെത്തിപ്പെട്ടിരിക്കുന്നു."

"ക്ഷണികമായ രാജപദവിയിലിരിക്കുമ്പോൾ നാം മറന്നുപോവുന്ന പ്രജാരഹസ്യം അങ്ങറിഞ്ഞിരിക്കുന്നു. വളരെ നന്നായി അംഗൻ... അതിനാൽ നമ്മുടെ തെറ്റുകൾക്കായി ചിത്രലേഖയോട് നീതിപുലർത്തുവാൻ ഞാനാഗ്രഹിക്കുന്നു... സുന്ദരിയായ ചിത്രലേഖ എന്റെ പട്ടമഹിഷിയാവും."

"ദിലീപൻ...?"

രാജാങ്കണം വിറയ്ക്കുന്നു.

രാജസഭയിൽ അസുഖസ്വരങ്ങളുടെ തീക്ഷ്ണകമ്പനമുയരുന്നു. മന്ത്രിമുഖ്യനും പടത്തലവനും മിത്രരാജാക്കൻമാരും പീഠത്തിലുലയുന്നു.

ചിത്രലേഖ ഞെട്ടിയെഴുന്നേറ്റു.

ഉടൽ കാറ്റിലെ ചമതപത്രങ്ങളായ് വിറച്ചു.

"വേണ്ട രാജാവേ... എന്റെ പ്രാണൻ തിരിച്ചുതന്നതുതന്നെ ധാരാളമായി... ഞാനും സഖി കനകയും എങ്ങോട്ടെങ്കിലും പോയ്ക്കൊള്ളാം..."

ദിലീപൻ അവൾക്കരികിലെത്തി.

പുഞ്ചിരി ഒരു തേനലയായി ചുണ്ടുകളിൽ ചുരന്നു.

"അതിനല്ലല്ലോ ഞാൻ ചിത്രലേഖയെ പ്രണയിക്കുന്നത്."

"എന്ത് പ്രണയമോ? ഈ നിസ്വയായ വഞ്ചകിയോട് പ്രണയമോ?"

"അതെ... ഞാനിപ്പോഴും ഭവതിയെ പ്രണയിക്കുന്നു... ഭവതിയോടുള്ള ഭ്രമത്തിൽ ഒരിഞ്ചുപോലും കുറഞ്ഞിട്ടില്ല."

"ഏത് സത്യം ഏത് നാടകം എന്നെനിക്കറിയുന്നില്ല രാജഭഗവാൻ..."

"ഭവതി കാണുന്നതുതന്നെ സത്യം... ഒരു ചാരസുന്ദരിയാണെന്നറിഞ്ഞുകൊണ്ടുതന്നെയാണ് ഞാനെന്നും ചിത്രലേഖയെ സമീപിച്ചത്... ഭവതി എന്റെ രാജാതിർത്തിയിൽ പ്രവേശിച്ച അന്നുതന്നെ ഗൂഢപുരുഷൻമാർ ആ വിവരം എനിക്കെത്തിച്ചുതന്നിരുന്നു... എന്റെ വശീകരണതന്ത്രത്തിൽ വീണ ഭവതി ഒന്നുമറിഞ്ഞില്ല."

"കുരുവംശാധിപാ... അങ്ങയേയും രാജ്യത്തേയും ഒറ്റുകൊടുക്കാൻ വന്ന വഞ്ചകിയാണ് ഞാൻ... അങ്ങെന്നോട് ക്ഷമിക്കാതിരിക്കൂ..."

"ചിത്രലേഖ ഒരു നിമിത്തമോ ഇരയോ മാത്രമാണ്... അംഗന്റെ ഗർവമടക്കാനും ഞങ്ങൾ സുഹൃത്തുക്കളാവാനുമുള്ള നിമിത്തം."

"എന്റെ ദൗത്യത്തോട് നീതിപുലർത്താൻ എന്റെ മനസ്സിനായില്ല രാജൻ... അതങ്ങയുടെ വ്യക്തിത്വത്തോട് തോറ്റു. എന്റെ പ്രേമം ആത്മാർത്ഥമായിരുന്നു."

"ചിത്രലേഖയെ സമീപിച്ച രാത്രിയിൽതന്നെ എനിക്കത് ബോധ്യമായി... സംഗമനിമിഷം ആവുന്നത്രനീട്ടി എന്റെ പ്രാണനെ

രക്ഷിക്കാൻ ഭവതി തീവ്രശ്രമം നടത്തി. ആത്മസംഘർഷത്തിന്റെ തീയിലായിരുന്ന ചിത്രലേഖയെന്നും..."

അവളുടെ കവിൾ നീരണിഞ്ഞു. മുഖവിരി നനഞ്ഞൊട്ടി.

"നിന്റെ ദുഃഖം ഇന്നത്തോടെ അവസാനിക്കുന്നു ചിത്രലേഖേ... നിന്റെയീ മനസ്സും ഉൻമാദമുണർത്തുന്ന ഈ ശരീരവും ഇനി എനിക്കുള്ളതാണ്."

രാജാവ് കൈനീട്ടി.

ചിത്രലേഖ പിന്നോട്ടുചാടി.

"ശരീരമോ?... അയ്യോ ദൈവമേ... എന്നെ പരീക്ഷിക്കുന്നുവോ ഇനിയും? ഈ ശരീരം വിഷലിപ്തമാണല്ലോ... അങ്ങയുടെ പ്രണയ വാർത്തയുമായി എനിക്കിപ്പോൾ മരിക്കാൻ കഴിഞ്ഞിരുന്നെങ്കിൽ... അല്ലാതെ ഒരിക്കലും അങ്ങേക്കൊന്നും നൽകാൻ എനിക്കാവില്ല ല്ലോ."

"എല്ലാം കഴിയും ചിത്രലേഖേ... നീ വിഷകന്യകയല്ല... ഒരു പളുങ്കുമണിപോലെ നിന്റെ ശരീരവും നിഷ്ക്കളങ്കമാണ്..."

"അതസംഭവ്യമാണ് രാജൻ... എന്റെ ദന്തദംശനത്താൽ ഒരു വൃദ്ധ അടിമ മരിച്ചുവീണു. രാജാങ്കണത്തിൽ എന്നെ ദർശിച്ച കപോതങ്ങളും മത്തകോകിലങ്ങളും വിരണ്ടുപോയി... ചെമ്പോത്തുകൾ തളർന്നുവീണു... എല്ലാം ഞാൻ കണ്ടറിഞ്ഞ സത്യമായിരുന്നു."

"എല്ലാം അമാത്യൻമാർ മുഖേന ഞാനുമറിഞ്ഞ സത്യം... എന്നാൽ ഇന്ന് ഭവതി പഴയ ചിത്രലേഖയാണ്... വിഷത്തിന്റെ ഒരു കണികപോലും ഇന്ന് ഭവതിയുടെ ശരീരത്തിലില്ല... പറയൂ... വൈദ്യചൂഡാമണീ..."

ദിലീപന്റെ കൊട്ടാരംവൈദ്യൻ ശിരസ് നമിച്ചുണർത്തിച്ചു.

"അതെ മകളെ... നിന്റെ ശരീരം വിഷവിമുക്തമാണ്. സ്വരഭംഗിക്കും ശരീരകാന്തിക്കുമായി പരിചാരിക മാസങ്ങളായി നൽകിയ പഴച്ചാർ വിഷഹരൗഷധമായിരുന്നു. സർവവിഷഹരൗഷധങ്ങളായ ജീവന്തിയും ശ്വേതയും പുഷ്പവന്ദാകയും അശ്വന്തം ഗുളികയും ചേർന്ന പഴച്ചാർ നിന്നെ പുനർജ്ജനിപ്പിച്ചു. നീ നസ്യം ചെയ്ത തൈലങ്ങൾ നിന്റെ ശരീരത്തിന്റെ വിഷോന്മാദത്തെ ഹരിച്ചു."

"എനിക്ക് വിശ്വസിക്കാനാവുന്നില്ല രാജൻ..."

ചിത്രലേഖ ശിരസ് കുടഞ്ഞു.

ദിലീപൻ സഭയെ നോക്കി:

"ഇവൾ വിഷകന്യകയല്ല... അത് തെളിയിക്കാൻ രാജസഭയിലെ ഒരു ധീരനെ ഞാൻ ക്ഷണിക്കുന്നു. ജീവനിൽ കൊതിയില്ലാത്തവർ ധൈര്യശാലികളായവർവന്ന് ഈ സുന്ദരിയുമായി ഇണചേരൂ... വിഷകന്യകയെങ്കിൽ ഈ രാജസഭയിൽ മരിച്ചുവീഴുന്ന പ്രാണ ത്യാഗി വീരചരമത്തിന്റെ ഖ്യാതി നേടും... അവന്റെ എട്ടുതലമുറകൾ സമ്പദ്സമൃദ്ധിയോടെ ജീവിക്കും... ദിലീപൻ ക്ഷണിക്കുന്നു. ചിത്ര ലേഖയുമായി ഇണചേരൂ... അങ്ങിനെ ഇവൾ വിഷകന്യകയല്ലെന്ന് തെളിയിക്കൂ..."

രാജസഭയിൽ പടലപടലയായിനീണ്ട സ്വരങ്ങളും പ്രതിസ്വരങ്ങ ളും ക്രമേണ താഴ്ന്ന സ്ഥായിപൂണ്ടു.

ശ്മശാനമൂകതയാർന്നു.

ദിലീപൻ പൊട്ടിച്ചിരിച്ചു.

"ഞാനിത് പ്രതീക്ഷിച്ചു."

അദ്ദേഹം പടത്തലവന് നേരെ തിരിഞ്ഞു.

'പടക്കളത്തിൽ പെരുമ്പറകൊട്ടി സഹസ്രാശ്വരഥങ്ങളെ നയി ക്കുന്ന സേനാപതീ... അങ്ങേക്ക് കഴിയുമോ ഈ വിശ്വസുന്ദരിയോട് സംഗമിക്കാൻ?"

സേനാപതിയുടെ ശിരസ് താഴ്ന്നു.

"ഊണിലുമുറക്കത്തിലും രാജതന്ത്രങ്ങളരുളുന്ന മന്ത്രിശ്രേഷ്ഠാ താങ്കൾക്കാവുമോ ഈ സുരസുന്ദരിയുടെ തരളമേനി പുൽകാൻ? ഈ രുധിരാധരങ്ങൾ വലിച്ചു കുടിക്കാൻ... ഈ കുചയുഗ്മങ്ങളെ മർദ്ദിക്കു വാൻ... ഈ നിതംബകുംഭങ്ങളെ കീഴടക്കാൻ?"

മന്ത്രി ശിരസ് താഴ്ത്തി.

സാമന്തരാജാക്കളും രാജോപജീവികളും മൂകരായി.

രാജനേത്രങ്ങൾ സഭയെ ഒന്നടങ്കമുഴിഞ്ഞു:

"ആരെങ്കിലും തയ്യാറാവുമോ ഈ കന്യക വിഷകന്യകയല്ലെന്നു തെളിയിക്കാൻ...?"

സ്തബ്ധമായ സഭയിൽ മൂകതയുടെ അപാരതാണ്ഡവം!

"ഇവളുടെ വിഷമേറ്റുവാങ്ങാൻ ഇവളോട് സഹശയിക്കാൻ മരിച്ചാലും ഇവൾക്കുവേണ്ടിയെന്നാശ്വസിക്കാൻ ആരുമില്ലെന്നോ?"

ചോദ്യങ്ങൾ പിണമായടിഞ്ഞ് രാജസഭ നിറഞ്ഞു.

ദിലീപരാജാവ് മന്ദഹാസത്തോടെ കൈകൾ നീട്ടി:

"എങ്കിൽ ചിത്രലേഖേ ഞാൻ തന്നെ അതിന് തയാറാവും."

"അയ്യോ രാജൻ... അരുത്."

ചിത്രലേഖ വിറപൂണ്ടു.

സഭയിളകി.

"അരുത്... രാജാവേ അരുത്..."

"ഇവളുടെ വിഷമിറങ്ങിയില്ലെങ്കിൽ?"

ദിലീപൻ മന്ദഹസിച്ചു:

"ഈ ദിലീപൻ അന്ത്യശ്വാസം വലിക്കും... അടുത്ത ദിലീപൻ ഈ രാജ്യം ഭരിക്കും... പുതിയ ചിത്രലേഖമാർ വരും... പക്ഷേ ആര് ഭരിച്ചാലും ഈ സംഗമപരീക്ഷണം അവരും അഭിമുഖീകരിച്ചല്ലേ ഒക്കൂ... ഈ ദൗത്യം ഞാൻ സന്തോഷപൂർവം ഏറ്റെടുക്കുന്നു സുഹൃത്തുക്കളെ..."

"അരുത് രാജാവേ പരീക്ഷണമരുത്..."

ദിലീപൻ സഭയോട് പറഞ്ഞു:

"പരീക്ഷണവിധേയനാകാത്ത രാജാവ് അലസതയിൽ ഉന്മത്തനാവും... ഉൻമാദി ഭരിക്കുന്ന രാജ്യത്തിന് സർവനാശം വരും..."

രാജസഭ സ്തംഭിച്ചുനിൽക്കേ ദിലീപൻ കരങ്ങൾ നീട്ടി. പ്രേമപൂർവം ചിത്രലേഖയിലേക്കടുത്തു.

അവൻ പ്രജാരക്ഷാർത്ഥം കാളകൂടം തൊണ്ടയിലമർത്തുന്ന ശിവചൈതന്യമായി. വ്യസനവിഷമകറ്റാൻ സ്വയം വിഷഹരനായി.

"വരൂ ചിത്രലേഖേ... നിന്റെ വിധിതന്നെ എനിക്കും... നീയില്ലെങ്കിൽ പിന്നെ എനിക്കെന്തസ്തിത്വം...?"

അവൾക്ക് തടുക്കാൻ കഴിയും മുൻപേ-

ദിലീപൻ ചിത്രലേഖയെ പുണർന്നു.

ശോണാധരങ്ങളടുത്തു.

അരുണകപോലങ്ങൾ തമ്മിലുരഞ്ഞു.

കരങ്ങൾ കരങ്ങളെ പൂട്ടി.

ശിശ്നവും കൃസരിയും പിണഞ്ഞു.

രാജസഭാങ്കണം രതിമേടയായി.

വിഷാരിയും വിഷകൃത്തും സംഗമിക്കവേ,

പതിയെ,

ലയനത്തിന്റെ സ്വാത്മവിസ്മൃതിയിൽ,
വിഷനിർവീര്യതയിൽ,
രാജസഭ അലിഞ്ഞലിഞ്ഞില്ലാതായി.

പതിനാല്

ശാന്തം

പ്രസിഡന്റ് ഗ്രന്ഥം മടക്കി.

ദിലീപന്റെ രാജമന്ദഹാസം ഒരു ചാട്ടുളിയായി അഹംബോധത്തെ വെട്ടി.

അദ്ദേഹത്തിന്റെ കൈകൾ വിറച്ചു. മനം വിറച്ചു. ഒരു ഭൂകമ്പത്തിൽ ശതകോടി നുറുങ്ങുകളായിപ്പോവുന്ന കസേരയുടെ നശ്വരത അദ്ദേഹത്തെ നിസ്വനം പരിഭ്രാന്തനുമാക്കി. പരിഭ്രാന്തിയുടെ അനന്തമായ തിരയിളക്കങ്ങളിൽ ഗതകാലയുദ്ധങ്ങളുടെ തിമിംഗലങ്ങൾ വായ തുറന്നു. വായിൽനിന്നും സ്വർണമീനുകളുടെ ജഡങ്ങൾ മഹാപ്രവാഹമായി അയാളിലേക്ക് കുലംകുത്തി.

ബോംബുകളുടെ പേമാരിക്കടിയിലൂടെ നഗ്നയായി വിലപിച്ചോടുന്ന പെൺകുട്ടി!

മഹായുദ്ധങ്ങളിൽ പൊലിഞ്ഞ ശതകോടി പ്രാവുകളുടെ ജഡങ്ങൾ!

പുഴുവരിക്കുന്ന പുഷ്പചക്രങ്ങൾ!

ജന്മബിന്ദുക്കൾ വെന്തുരുകുന്ന ഗ്യാസ് ചേംബറുകൾ!

വിധവകളുടെ... മാതാപിതാക്കളുടെ ഒടുങ്ങാ നിലവിളികൾ...!

തലമുറകളുടെ ഗർഭശയ്യകൾ പൊട്ടിപ്പിളരുന്നു. വിഷധൂമം ശ്വസിച്ച് ശിശുക്കളുടെ പിറവി കാണാത്ത കരുവുടഞ്ഞ് ചുറ്റുമൊഴുകുന്നു.

കണ്ണും കാതുമില്ലാത്ത, കയ്യും കാലുമില്ലാത്ത വികലജന്മങ്ങൾ പ്രസിഡന്റിനുനേരെ ഒരു നീണ്ട നിലവിളിയായടുക്കുന്നു.

ഒരു രാസമാരിയുടെ പൊള്ളലേറ്റപോലെ പ്രസിഡന്റ് മിഴികൾ പൊത്തി.

പരസ്പരം മുഖം കാണുന്ന സ്ക്രീനിനുമുന്നിൽ പ്രസിഡന്റ് ശത്രുരാജ്യാധിപനെ അഭിവാദനം ചെയ്തു:

ശത്രു സാശ്ചര്യം ചോദിച്ചു:

"പറയൂ പ്രസിഡന്റ് ഈ അടിയന്തിര സംഭാഷണം...? അപ്രതീക്ഷിതമായ വെടിനിർത്തൽ പ്രഖ്യാപനം?"

പ്രസിഡന്റിന്റെ സ്വരം മഹാശാന്തതയാർന്ന ഒരു കല്ലോലിനിയുടെ ഒഴുക്കുപോലെ സുഖസാന്ദ്രം:

"അതിർത്തിയിലെ എന്റെ എല്ലാ പട്ടാളവ്യൂഹത്തേയും പിൻവലിക്കുന്നപക്ഷം താങ്കളുടെ അടുത്ത ആക്ഷൻ എന്തായിരിക്കുമെന്നറിയാൻ ആഗ്രഹമുണ്ട്."

സ്ക്രീനിൽ ശത്രുരാജ്യാധിപൻ പതിയെ ചിരിച്ചു.

മന്ദഹാസം പൊട്ടിച്ചിരിയാവുന്നു:

"മിസ്റ്റർ പ്രസിഡന്റ്... ഇത്... ഇത് മാത്രമായിരുന്നു ഈ ആഗ്രഹം ഈ ആകാംക്ഷ അത് മാത്രമായിരുന്നു എക്കാലവും യുദ്ധം നയിക്കുന്ന രാഷ്ട്രങ്ങളുടെ പ്രശ്നം... ആകാംക്ഷ ഭീതിയെ തിടംവെച്ചു വളർത്തി സംശയങ്ങളുടെ പർവതമായി... ഈ സംശയപർവതത്തിന്റെ സംരക്ഷണത്തിനായി യുദ്ധം കൊതിക്കാതിരുന്നിട്ടും യുദ്ധാർത്ഥികളായി നാം പിച്ചയെടുത്തും കോടികൾ കൊണ്ട് പ്രതിരോധത്തിന്റെ മതിലുകൾ പണിതു... പക്ഷേ ഒരു ജനതയും യുദ്ധമാഗ്രഹിച്ചില്ല... വ്യവസായികളും നമ്മളും മാത്രമതാഗ്രഹിച്ചു. ഈ അസംബന്ധം ജനത തിരിച്ചറിയുന്നതിന് മുമ്പ് ഞാനതറിഞ്ഞതിനാലാണ് കഴിഞ്ഞവട്ടം അങ്ങുമായി സന്ധിസംഭാഷണത്തിലേർപ്പെട്ടത്..."

"പറയൂ... അങ്ങേക്ക് എന്റെ യുദ്ധത്തിൽനിന്നും എന്താണ് വേണ്ടത്...?"

"ഒന്നും വേണ്ടതില്ല... ഒന്നും... കാരണം എന്റെ രാജ്യത്തുനിന്ന് അങ്ങും ഒന്നുമാഗ്രഹിക്കുന്നില്ല."

"ഇല്ല..."

"എക്കാലവും നമുക്കൊന്നും വേണ്ടിയിരുന്നില്ല... എന്നിട്ടും നാം നിരർത്ഥമായി യുദ്ധം ചെയ്തുകൊണ്ടേയിരുന്നു... പരസ്പരം കൊന്നുകൊണ്ടേയിരുന്നു. ഈ യുദ്ധസംക്രമണത്തിൽ മരിച്ച സൈനികരുടെ ആത്മാവുകൾ നമ്മോടു പൊറുക്കട്ടെ... വിധവകളും അമ്മമാരും പൊറുക്കട്ടെ."

"ഇതൊരു സന്ധിയാകട്ടെ."

“ഉഭയസമ്മതപ്രകാരമുള്ള സന്ധി.”

“നിയന്ത്രണരേഖകൾ അർത്ഥശൂന്യമാകട്ടെ.”

“നമ്മുടെ സൈനികർ?”

“ഷുവർ... അവർ ക്രിക്കറ്റ് കളിക്കട്ടെ...”

“മണ്ണ് കിളയ്ക്കട്ടെ”

“ഒരേ മേശക്കുമുന്നിലിരുന്ന് പുലാവ് കഴിക്കട്ടെ...”

അവർ പരസ്പരം പൊട്ടിച്ചിരിച്ചു.

പ്രസിഡന്റ് സംഭാഷണമവസാനിപ്പിച്ചു.

അദ്ദേഹം തന്റെ സ്വകാര്യമുറിയിലേക്കു കടന്നു. മുറിയുടെ കിളിവാതിലിന്റെ കൊളുത്ത് വിടർത്തി.

ദശാബ്ദങ്ങളായി ജനലിന് പുറത്ത് ഘനീഭവിച്ചുകിടന്ന ഇരുളിന്റെ പർവതപിണ്ഡം അടർന്നു താഴ്ന്നു.

നീലവെളിച്ചം കുഞ്ഞിപ്രാവുകളായി മാറി.

നീലപ്രാവുകൾ ചിറകടിച്ച് മുറിയിലേക്കു കടന്നു. മുറിയാകെ നിറഞ്ഞു. പ്രാവുകളുടെ ചിറകുകൾ ഒരുമിച്ചുകൂടി ഒരു തൂമെത്തയായി.

പ്രസിഡന്റ് മെത്തയിലേക്കുചാഞ്ഞു.അവാച്യമായസ്വാസ്ഥ്യത്തിന്റെ രസാനുഭൂതിയിൽ അദ്ദേഹം പതിയെ മിഴികൾ ചിമ്മി.

●

അർത്ഥങ്ങൾ (അർത്ഥശാസ്ത്രം):

1) നിബന്ധപുസ്തകം : ആയവ്യയങ്ങളുടെ കണക്കുപുസ്തകം.

2) സന്ധിപ്രദാനം : യുദ്ധാനന്തരം സന്ധിപ്രകാരം കൊടുക്കേണ്ടുന്ന ദ്രവ്യം.

3) സത്രികൾ : ഗൂഢപുരുഷൻമാരായ ചാരൻമാർ.

4) സ്ത്രീനിവേശം : സ്ത്രീകളുടെ ഇരിപ്പിടം.

5) ചാവുദ്വീപ് : അടിമസമ്പ്രദായകാലത്ത് അധ്വാനശക്തി നശിച്ച വൃദ്ധഅടിമകളെ മരിക്കാനായി വിജനദ്വീപുകളിൽ തള്ളിയിരുന്നു.

6) അന്തപാലൻമാർ : കാവൽക്കാർ.

7) ധർമ്മവിജയി : ധർമ്മവിജയി ആത്മസമർപ്പണം കൊണ്ടുതന്നെ തൃപ്തിയടയുന്നു.

8) ലോഭവിജയി : ദ്രവ്യവും ഭൂമിയും കീഴടക്കിയാൽ തൃപ്തിയടയുന്നുള്ളൂ.

9) ആസുരവിജയി : ദ്രവ്യവും ഭൂമിയും ഭാര്യാപുത്രൻമാരും പ്രാണൻ തന്നെയും ഹരിച്ചാലേ തൃപ്തിയടയുയുന്നുള്ളൂ.
(കൗടില്യൻ)

10) വിക്രമദാനം : കീഴടങ്ങിയപ്പോൾ തരുവാൻ നിശ്ചയിച്ച ദ്രവ്യം.

11) പ്രമത്തൻ : സ്വന്തം കാര്യങ്ങളിൽമാത്രം വ്യാപരിക്കുന്നവൻ.

12) "തുല്യവേതനോസ്മി;
ഭവദ്ഭിസ്സഹ ഭോജ്യമിദം രാജ്യം": "ഞാനും നിങ്ങളെപ്പോലെ ശമ്പളംപറ്റി രാഷ്ട്രത്തിനുവേണ്ടി വേല ചെയ്യുന്നവനാണ്. നിങ്ങളോടുകൂടിവേണം എനിക്ക് എന്റെ രാജപദവി അനുഭവിക്കുവാൻ"